மனிதன், அவன் எண்ணங்களின் நிரலாக்கம்

(As a Man Thinketh)

ஜேம்ஸ் ஆலன்

(தமிழில் சே.அருணாசலம்)

வள்ளியம்மை பதிப்பகம்

mobile/WhatsApp: 91-8939478478

email: arun2010g@gmail.com

நூல் விவரம்

நூல் தலைப்பு	: மனிதன், அவன் எண்ணங்களின் நிரலாக்கம்
Book Title	: Manithan, Avan Ennangalin Niralakkam
ஆசிரியர்	: ஜேம்ஸ் ஆலன்
தமிழில்	: சே.அருணாசலம்
உரிமை@	: வள்ளியம்மை பதிப்பகம்
முதல் பதிப்பு	: 2024
பக்கங்கள்	: 80
தாள்	: 70 ஜிஎஸ்எம்
அச்சகம்	: Real Impact Solutions, Chennai- 600 004
வெளியீடு	: வள்ளியம்மை பதிப்பகம்
	அலைபேசி: 91-8939478478
	மின்னஞ்சல்: arun2010g@gmail.com
விலை	: ரூ 125/-
ISBN	: 978-93-341-6446-6

உள்ளடக்கம்

அணிந்துரை— iv
முன்னுரை 1
1. எண்ணமும் குணயியல்பும் 3
2. எண்ணங்களின் தன்மையினால் சூழ்நிலைகள் மீது உண்டாகும் விளைவுகள் 10
3. உடல் ஆரோக்கியம் மற்றும் உடல் மீது ஆன எண்ணங்களின் விளைவுகள் 35
4. எண்ணமும் குறிக்கோளும் 41
5. சாதிப்பதில் எண்ணத்தின் பங்கு 47
6. மனக்கண் காட்சிகளும் இலட்சிய பேரிலக்குகளும் 55
7. வீறமைதி அல்லது தெய்வீக பேரமைதி 65
விலைப்பட்டியல் 70

அணிந்துரை—

முனைவர் செல்லத்துரை சுதர்சன்

சிரேஷ்ட்ட விரிவுரையாளர்

தமிழ்த்துறை

பேராதனைப் பல்கலைக்கழகம்

இலங்கை.

எந்த ஒரு உயிரும் ஒரு நிரந்தரமான தேடலை நோக்கியே பயணிக்கிறது. அந்தத் தேடல் அது உணர்ந்தோ, உணராமலோ நிகழ்கிறது. உணர்ந்து நிகழ்வதாயினும் உணராது நிகழ்வதாயினும் தேடல் தேங்கி நிற்பதில்லை. தேடலுக்கு நிகழாமை ஒருபோதும் இல்லை. உயிர் தோன்றிய காலம் முதலாக இந்தத் தேடலும் நிகழ்கிறது. இன்னும் கூறுவதாயின், உயிர் உடலாடை அணிவதே இந்தத் தேடலை நிகழ்த்துவதற்குத் தான். தேடல் உணர்ந்து நிகழ்வதாயின் வேகம் பெறுகிறது. உணரா நிலையில் நிகழ்வதாயின், உணர்கையில் வேகம் பெறும். இந்த நிரந்தரத் தேடல் நிறைவுறாதா? அது, பல் பிறவிதோறும், பல்

பதங்கள்தோறும், பல் நிலைகள் தோறும் நிகழும் நிறைவுறாத தேடல். 'சென்றடையாத திருவுடையானை' நோக்கிய தேடலெனில் எவ்வாறு நிறைவுறும்!

உலகின் மறைஞான எழுத்துக்கள் எல்லாம் இந்த நிரந்தரத் தேடலின் தேட்டமே. அவை, தேடும் உயிருக்கு நிழல் விரித்து, தேடலுக்கு ஒளி பாய்ச்சி, அருட் கனிகளை அரவணைத்து ஊட்டி, ஆறவைத்து வழிகாட்டுவன. ஜேம்ஸ் ஆலனின் எழுத்துக்களும் இத்தன்மை பெற்றவை தான். அவை ஒரு சமய வட்டத்துக்குள் சுற்றிச் சுழலாத பெருமை உடையவை. சமய அடையாளங்கள் தாங்கிய தேடல் ஒரெல்லைக்குப் பின்னர் தடுப்புகள் என உணர்த்தி, அவை நீங்கிய நிரந்தரத் தேடலுக்குப் பாதை சமைப்பவை. சமயச் சடங்குகளையும் சுலோக உச்சரிப்புக்களையும் நிராகரித்து, அவற்றைக் கடந்து பறக்கும் சிறகுகளை வழங்குபவை. பன்மைத்துவச் சமூகம் ஒன்றில் மதங்கடந்த, இனங்கடந்த, பண்பாடு கடந்த உயர் முத்துக்களை உதிர்ப்பவை, இத்தகைய பெருமை சூடிய அவரது சிந்தனைக் கருவூலங்களில் 'மனிதன், அவனது எண்ணங்களின் நிரலாக்கம்' என்ற இந்த நூலும் ஒன்றுதான்.

வருத்தும் வாழ்வெனும் சுண்ணாம்பு அறையுள் வாழ நேரினும், எண்ணங்களின் மேன்மையினால் தெய்வீகப் பேரமைதி அடைய இயலும் என்பதற்கு இந்த நூல் துணைபுரியும், அப்பரடிகள் அனுபவித்த 'மாசில் வீணையை, மாலை மதியத்தை, வீசு தென்றலை, வீங்கு இள வேனிலை, மூசு வண்டு அறை பொய்கையை' அனுபவிக்கலாம். குணங்களால் உயர்ந்த ஞான ஆசான்களே எல்லாச் சமயங்களிலும் கடவுளர்களாகவும் வழிகாட்டிகளாகவும் இருக்கிறார்கள். இந்த நூல் நவீன அரு மறை எனின் அது மிகையாகாது. சைவத் தமிழைக் கொண்டு செல்வதனால், இந்த நூல் தரும் செய்திகளும் ஒரு வகைப் பாதங்கள் தான். நாற்பாதங்கள் சைவ சமயத்துக்கு உரியதாயின், நவீன பன்மைத்துவச் சமயச் சமூக அமைப்பில், இந்நூல் தரும் செய்திகள் என்ற பாதங்கள் பேதமின்றிச் 'சகலரையும்'' அரவணைக்கிறது. அடையாளத் தடுப்புக்கள் அற்ற நவீன சமயமும் மனவியலும் தத்துவமும் ஒன்றிக் கலந்த இந்த நூல் காட்டும் பாதைகள் எல்லோருக்குமானவை. ஜேம்ஸ் ஆலன் என்னும் உலகப் பெரும் ஞானி, தேடலால், தேடலையும் தேடுவோரையும் உயர்த்தியவாறு நிரந்தரத் தேடலுக்கு அழைத்துச் செல்லும் பாதைகள் இவை.

நானறிந்த வரையில் ஜேம்ஸ் ஆலனின் நூல்களைத் தமிழில் மொழிபெயர்ப்பதையே தன் வாழ்நாள் குறிக்கோளாக வரித்துக் கொண்டவர் அன்பு நண்பர் சே. அருணாசலம் அவர்கள். தமது உடல்நலக்குறைவிலும் ஜேம்ஸ் ஆலனின் அருஞ் செல்வம் அனைத்தையும் தமிழுக்குக் கொண்டுவர அவர் எடுக்கும் முயற்சி பகீரதப்பிரயத்தமானது. அவரது முயற்சியைத் தமிழ் கூறும் நல்லுலகம் வரவேற்று மகிழும் என்பது திண்ணம். அன்பு நண்பர் அருணாசலத்துக்கு எனது வாழ்த்துகளும் பாராட்டுகளும். அவர் நலம்பெற எனது பிரார்த்தனைகள்.

முனைவர் செல்லத்துரை சுதர்சன்

07.01.2025

(இலங்கை)

முன்னுரை

(தியானம் மற்றும் அனுபவத்தால் விளைந்த) (தியானம் மற்றும் அனுபவத்தால் விளைந்த) இந்த சிறிய நூலின் நோக்கம் எண்ணங்களின் ஆற்றல் எத்தகையது என்பதை விரித்துரைப்பது அல்ல. அந்த கருத்தோட்டம் பரவலாக பல நூல்களில் கையாளப்பட்டுள்ளது. அது குறித்து நீண்ட நெடிய விளக்கங்களை அளிக்காமல் அதன் விளைவுகளை கோடிட்டுக் காட்டுவதாக அமைந்துள்ளது.

தாங்கள் தேர்ந்தெடுத்து ஊக்குவிக்கும் எண்ணங்கள் கொண்டு இருக்கும் தன்மையின் வாயிலாக "தங்கள் நிலையை உருவாக்கி கொள்பவர்கள் தாங்கள் தான்" என்னும் உண்மையை மனிதர்கள் கண்டறிந்து உணர வேண்டும் என்பதே இந்த நூலின் முக்கிய நோக்கம்.

குணயியல்பு என்னும் உள்ளாடை, சூழல் என்னும் வெளியாடை என இரண்டையும் நெய்வது மனமே. இது வரையிலும் அவர்கள் அதனை அறியாமையோடும் வலியோடும் நெய்திருந்தால்,

மனிதன். அவன் எண்ணங்களின் நிரலாக்கம் இனி மெய்யறிவோடும் மகிழ்ச்சியோடும் நெய்யலாம்.

ஜேம்ஸ் ஆலன்

(1902)

ப்ராடு பார்க் அவென்யூ,

இல்ஃப்ராகோம்ப், இங்கிலாந்து

சே.அருணாசலம்

1. எண்ணமும் குணயியல்பும்

ஒருவன் தன் உள்ளத்தில் எண்ணும் எண்ணங்களின் உள்இருப்பாகவே இருக்கின்றான் என்னும் முதுமொழி ஒரு மனிதனது முழு இருப்பையும் மட்டுமே தழுவி இருப்பதாகச் சொல்ல முடியாது. ஆனால் அவனது வாழ்வின் ஒவ்வொரு நிலையையும் சூழலையும் தழுவி உள்ளடக்கியதாக உள்ளது. ஒரு மனிதன் உண்மையில் தன் எண்ணங்களின் தொகுப்பாகவே இருக்கிறான். அவனது குண இயல்பு என்பது அவனது எண்ணங்களின் ஒட்டுமொத்த கூட்டுத்தொகை எண்ணாக இருக்கின்றது.

செடியானது விதையிலிருந்து முளைத்து எழுவது போல, விதை இன்றி முளைத்து எழ முடியாது என்பது போல, மனிதனது ஒவ்வொரு செயலும் எண்ணம் என்னும் மறைவான விதையிலிருந்தே எழுகின்றது. அது இன்றி அச்செயல் தோன்றியிருக்க முடியாது. இது திட்டமிடப்பட்டு நடக்கும் செயல்களுக்கு பொருந்தும் என்பதோடு

மனிதன். அவன் எண்ணங்களின் நிரலாக்கம்

எந்தவித திட்டமிடலும் இன்றி நடக்கும் செயல்களுக்கும், சட்டென்று உடனடியாக நிகழும் செயல்களுக்கும் பொருந்தும்.

எண்ணங்களே செயல்களாக மலர்கின்றன. இன்பமும் துன்பமும் அது ஈனும் கனிகள். இவ்வாறு ஒரு மனிதன் தனது சொந்த வளர்ப்பின் விளைவான இனிப்பும் கசப்புமான கனிகளை அறுவடை செய்கிறான்.

"மனதின் எண்ணங்களே நம்மை உருவாக்கி உள்ளன. நாம் என்னவாக இருக்கிறோமோ

அது நமது எண்ணத்தால் உருவாகி கட்டமைக்கப்பட்டுள்ளது. ஒருவன் மனதில்

தீங்கான எண்ணங்கள் உறைந்தால், துன்பம் அவனை பின் தொடரும்

எருதை பின் தொடரும் வண்டி சக்கரம் போல...

ஒருவன் பரிசுத்தமான எண்ணங்களை

நித்தம் கொண்டிருந்தால், மகிழ்ச்சி நிச்சயம் அவனை பின்தொடரும்

அவனது சொந்த நிழலைப் போல."

மனிதனானவன் ஒரு அடிப்படை விதிக்கு உட்பட்டு வளர்ச்சி பெறுபவன். செயற்கையான வழிமுறைகளால் உருவாக்கப்பட்டு விடப்பட்டவன் அல்ல. காரண விளைவு நிச்சயமானது. தடம் புரளதது. கண்களுக்குப் புலப்படும் புற உலக பொருட்களில் செயல்படுவது போலவே மறைவான உள்ளத்தின் எண்ணங்களிலும் அது செயல்படும். ஒரு சிறந்த தெய்வீக குண இயல்பு என்பது அதி(ஷ்)ட்டவசமாக அல்லது உரிய உழைப்புக்கு மீறி வழங்கப்பட்ட பலன் அல்ல. ஆனால் சரியான எண்ணங்களை எண்ணும் தொடர் முயற்சியின் இயற்கையான விளைவு. தெய்வீக எண்ணங்களை நெடுங்காலம் போற்றி வளர்த்ததன் விளைவு. ஒரு கீழான, இழிநிலையான குண இயல்பு எனபதும் அதுபோலவே கீழான, இழிநிலையான எண்ணங்களில் நெடுங்காலம் தொடர்ந்து உழன்றதன் விளைவே ஆகும்.

ஒருவன் தன்னைத் தானே கட்டமைத்துக் கொள்கிறான். தன்னைத் தானே அழித்துக் கொள்கிறான். எண்ணம் என்னும் ஆயுதப்பட்டறையில் தன்னை அழிக்கக்கூடிய ஆயுதங்களைத் தானே வார்த்து எடுக்கிறான்.

மனிதன், அவன் எண்ணங்களின் நிரலாக்கம்

தனக்கு மகிழ்ச்சி, வலிமை மற்றும் நிம்மதி என்னும் சுவர்க்க மாளிகையை கட்டமைக்கும் கருவிகளையும் தானே வடிவமைக்கிறான். எண்ணங்களைச் சரியாக தேர்ந்தெடுத்து உண்மையாக செயல்படுத்துவதன் மூலம் அவன் தெய்வீக செம்மை நிலைக்கு உயர்கிறான். கேடான, தவறான எண்ணங்களை எண்ணி செயல்படுத்துவதன் மூலம் அவன் விலங்கினும் கீழான நிலைக்குச் செல்கிறான். இந்த இரு எல்லைகளுக்கு இடையே தான் அனைத்து குணயியல்புகளின் படிநிலைகளும் இருக்கின்றன. மனிதனே அவற்றின் கட்டமைப்பாளன் மற்றும் தலைவன் ஆவான்.

ஆன்மாவிற்கான அழகிய உண்மைகளில், இக்கால கட்டத்தில் மீட்டெடுக்கப்பட்டு வெளிச்சத்திற்கு கொண்டுவரப்பட்டுள்ள அழகிய உண்மைகளில் இதைவிட மகிழ்ச்சி அளிக்க கூடியதாக அல்லது தெய்வீக சத்திய மொழியாகவும் நம்பிக்கை அளிக்கக்கூடியதாகவும் வேறு எதுவும் இல்லை, அதாவது

"மனிதன் தான் எண்ணத்தின் தலைவன், குண இயல்பின் வடிவமைப்பாளன், குண இயல்பு, சூழ்நிலை மற்றும் விதியை உருவாக்குபவன், செதுக்குபவன்" என்பதே அது.

சே.அருணாசலம்

ஆற்றல், அறிவு, அன்பு ஆகியவற்றின் இருப்பை தன்னுள் கொண்டு இருக்கும் மனிதன், தனது எண்ணங்களுக்கு தானே தலைவன் என்ற பொறுப்பையும் வகிக்கிறான். அத்தகைய மனிதன், தனது எல்லா சூழல்களுக்குமான திறவுகோலை பெற்று இருக்கிறான். தான் விரும்பியதை ஏற்றுக் கொள்வதற்கான, உருமாற்றம் செய்யும், புத்துருவாக்கம் செய்யும் காரணிகளை தன்னுள் கொண்டிருக்கிறான்.

மனிதன் என்பவன் எப்போதும் தலைவன் தான். மிக பலவீனம் அடைந்த கைவிடப்பட்ட நிலையிலும் அவன் தலைவன் தான். அவனது பலவீனமான, கீழான நிலையில் தனது "வீட்டை" சரியாக நிர்வகிக்கத் தெரியாத முட்டாள் தலைவனாக இருக்கிறான். தனது நிலை குறித்து அவன் ஆழ்ந்து சிந்திக்க தொடங்கும் போது, தனது இருப்பை நிலைநாட்டும் விதி எந்த அடிப்படையில் அமைந்திருக்கின்றது என்று கவனமாக தேடும்போது, அவன் மெய்யறிவு மிக்க தலைவனாகிறான். தனது ஆற்றல்களை அறிவு கூர்மையோடு செலுத்துகிறான். பயன் படும் வழிவகைகளில் தனது எண்ணங்களை வடிவமைக்கிறான். அவ்வாறு இருப்பவனே விழிப்புணர்வு கொண்ட தலைவன் ஆவான். எண்ணங்களின் செயல்பாட்டு விதியை தன்னுள்

மனிதன், அவன் எண்ணங்களின் நிரலாக்கம்

கண்டு உணர்ந்தவனே அத்தகைய ஒரு தலைவன் ஆக முடியும். பயன்செயல்வகை, சுய ஆய்வு மற்றும் அனுபவம் வாயிலாகவே அத்தகைய ஒரு கண்டு உணர்வு ஏற்படும்.

ஆழமாக சுரங்கங்கள் அமைத்து தேடுவதால் மட்டுமே தங்கமும் வைரமும் அடையப்படுகின்றன. தனது உள்ளிருப்புடன் தொடர்புடைய ஒவ்வொரு உண்மையையும் மனிதனால் தேட முடியும். தனது ஆன்ம சுரங்கத்திற்குள் அவன் ஆழமாக தேடும்போது-, அவனது குண இயல்பின் உருவாக்குனன் அவனே, அவனது வாழ்வின் வடிவமைப்பாளன் அவனே, அவனது விதியின் கட்டமைப்பாளன் அவனே என்று உணர்வான். தன் மீதான தனது எண்ணங்களின் விளைவை, மற்றவர் மீதான தனது எண்ணங்களின் விளைவை, தனது வாழ்வு மற்றும் சூழ்நிலையின் மீதான தனது எண்ணங்களின் விளைவை, காரண விளைவுகளை பொறுமையாக தொடர்புப்படுத்தி ஆராயும்போது, தனது ஒவ்வொரு அனுபவத்தையும் ஆய்வுக்கு உட்படுத்தி அது மிகச்சிறிய அன்றாட நிகழ்வு அனுபவம் தான் என்றாலும், தனது எண்ணங்களைக் கூர்ந்து கவனித்து கட்டுப்படுத்தி திருத்தி அமைக்கும் போது தன்னை உணரும் பேரறிவை அவன் பெற முடியும் என்பதை அவன் சந்தேகத்துக்கு இடமின்றி தனக்குத் தானே

நிரூபித்துக் கொள்வான். அத்தகைய ஒரு பேரறிவு என்பது புரிந்துணர்வு, மெய்யுணர்வு மற்றும் ஆற்றல் ஆகும். இந்த வழி அன்றி வேறு எந்த வழியிலும் "தேடுங்கள் கிடைக்கப்பெறும், தட்டுங்கள் திறக்கப்படும்" என்ற கட்டளையின் அர்த்தத்தைப் புரிந்து கொள்ள முடியாது. காரணம், பொறுமை, பயிற்சி, இடையறாத முயற்சி ஆகியவற்றாலேயே ஒருவனால் அறிவின் பேராலய வாயிலினுள் நுழைய முடியும்.

2. எண்ணங்களின் தன்மையினால் சூழ்நிலைகள் மீது உண்டாகும் விளைவுகள்

ஒரு மனிதனது மனதை ஒரு தோட்டத்தோடு ஒப்பிடலாம். அதை அறிவார்ந்து கவனமுடன் பண்படுத்தி வளர்க்கலாம் அல்லது அதன் போக்கிற்கு வளர விடலாம். அதை பண்படுத்தி வளர்த்தாலும் சரி, அல்லது அதை புறக்கணித்தாலும் சரி, அது நிச்சயம் ஏதோ ஒரு விதமாக வளர்ந்தே தீரும். பலன் தரும் எந்த விதைகளும் அங்கே விதைக்கப்படவில்லை என்றால் பயன் தராத பதர்களின்-விதைகள் அங்கே ஏராளமாக விழுந்து முளைக்கும். அதன் இனத்தை பெருக்கும்.

ஒரு தோட்டக்காரன் தனது நிலத்தை பண்படுத்துவது போல, அங்கு பதறாக முளைத்துள்ள களைகளைப் பறித்து அப்புறப்படுத்துவது போல, தான் வேண்டும் பூச்செடிகளையும் கனி மரங்களையும் நட்டு வளர்ப்பது போல, ஒரு மனிதனும் தன் மனம் என்னும் தோட்டத்தை பண்படுத்தி வளர்க்க வேண்டும். தவறான, பயன் இல்லாத, களங்கமான

சே.அருணாசலம்

எல்லா எண்ணங்களையும் களைந்து எறிய வேண்டும். சரியான, பயன் தரக் கூடிய, பரிசுத்தமான எண்ண மலர்களையும் கனிகளையும் வளர்த்து எடுக்க வேண்டும். ஒருவன் இதைத் தொடர்ந்துச் செயல்படுத்துவதன் மூலம் விரைவிலோ அல்லது சில காலம் கழிந்தோ தனது ஆன்ம தோட்டத்தை வளர்க்கும் தலைமை தோட்டக்காரன் தானே என்பதை உணர்வான். தன் வாழ்வை வழிநடத்தி இயக்குபவன் தானே என்பதை உணர்வான். தனது மனதின் கூறுகளும் எண்ணங்களின் ஆற்றல்களும் எவ்வாறு செயல்படுகின்றன, தனது குண இயல்பு, சூழல் மற்றும் விதியை நிர்ணயிப்பதில் எவ்வாறு பங்கு வகிக்கின்றன என்று மேலும் மேலும் துல்லியமாக புரிந்துக் கொள்வான். எண்ணங்களின் செயல்பாட்டு விதிகள் அவனுக்கு புலப்படும்.

எண்ணம் மற்றும் குணயியல்பு என்பது ஒன்றே. குணயியல்பானது அது சந்திக்கும் சந்தர்ப்பங்கள் மற்றும் சூழ்நிலைகளின் வாயிலாகவே வெளிப்படும். அதன் மூலமாகவே தன்னைத்தான் உணரும். ஒரு மனிதனது புறவாழ்வு சூழல் எப்போதும் அவனது அக மனநிலையோடு ஒத்திசையும் வகையில் தொடர்புடையதாகவே இருக்கும். ஒரு குறிப்பிட்ட காலத்தில் ஒருவனுக்கு இருக்கும் சூழல் என்பது அவனது முழுகுண

மனிதன், அவன் எண்ணங்களின் நிரலாக்கம்

இயல்பையும் சுட்டிக்காட்டுவதாக இதற்கு அர்த்தம் கொள்ளக்கூடாது. ஆனால் அந்தச் சூழல் அவனுள் இருக்கும் சில முக்கிய எண்ண கூறுகளோடு நெருக்கமாகத் தொடர்பு கொண்டிருக்கின்றன. அந்தக் குறிப்பிட்ட காலத்திற்கு அந்தச் சூழல் அவனது வளர்ச்சிக்கு இன்றி அமையாததாக இருக்கின்றன.

ஒவ்வொரு மனிதனும் அவனது உள்ளிருப்பின் விதியால் அவன் இருக்க வேண்டிய இடத்தில் இருக்கின்றான். அவன் தன் எண்ணங்களைக் கொண்டு கட்டமைத்துள்ள அவனது குண இயல்பு அவனை அங்கே வர வைத்திருக்கின்றது. அவ்விடத்தில் அவன் அங்கு இருக்க வேண்டும் என்னும் ஏற்பாடு ஏதோ தற்செயலாக நிகழ்ந்தது அல்ல. அவை எல்லாமே பிழை செய்ய முடியாத ஒரு விதியின் விளைவு. இது தங்கள் சூழலோடு ஒத்திசைந்து செயல்பட முடியாதவர்களுக்கும் பொருந்தும். தங்கள் சூழலோடு திருப்தி கொள்பவர்களுக்கும் பொருந்தும்.

முன்னேற்றத்துக்கும் வளர்ச்சி மாற்றத்திற்கும் உள்ளாகக் கூடிய ஒரு உயிரினமாக மனிதனானவன் அவன் தற்போது இருக்கும் இடத்தை வகிப்பதற்கான காரணம் என்பது அவன் கற்க

சே.அருணாசலம்

வேண்டியதைக் கற்றுக் கொள்ள வேண்டும் என்பதே. கற்று வளர்ச்சி பெற வேண்டும் என்பதே. எந்த ஒரு சூழலும், அவன் கற்பதற்கு வேண்டி வைத்திருக்கும் உள்ளொளி பாடத்தை அவன் கற்று தேரும் போது, அந்தச் சூழல் அவனை விட்டு விலகும். அதற்கு பதிலாக புதிய ஒரு சூழல் அவனுக்கு ஏற்படும்.

மனிதன் தான் புறச் சூழ்நிலைகளின் உருவாக்கம் என்று நம்பிக் கொண்டிருக்கும் வரை அவன் சூழ்நிலைகளால் பெரும் நெருக்குதலுக்கும் தாக்குதலுக்கும் உள்ளாவான். ஆனால், அவன் தான் உருவாக்கும் ஆற்றல் கொண்டவன் என்று உணரும்போது, தன் உள்ளிருப்பில் புதைந்து இருக்கும் எண்ண விதைகளையும் மண்ணையும் துளிர்த்து எழ கட்டளையிடுவான். அவற்றிலிருந்து சூழல்கள் உருவாகின்றன. தன்னை தானே சரியாக வழிநடத்தி கொள்பவனாகிறான்.

சுயக் கட்டுப்பாடு மற்றும் மனமாசு அகற்றுதலை எந்த ஒரு கால அளவிற்கேனும் ஓரளவு கடைபிடித்த ஒவ்வொரு மனிதனுக்கும் தெரியும், எண்ணங்களில் இருந்தே சூழல்கள் உருவாகி வளர்கின்றன என்று. காரணம், அவனது திருந்திய மனநிலைக்கு ஏற்ப சூழலில் நிகழ்ந்திருக்கும்

மாற்றங்களை அவன் கவனித்து இருக்க முடியும். இது எந்த அளவுக்கு உண்மை என்றால் ஒருவன் தன் குண இயல்பில் உள்ள குறைபாடுகளைக் களைய உளமாற முயற்சிக்கும்போது அவன் குறிப்பிடத்தக்க முன்னேற்ற பாதையில் விரைந்து பயணிப்பான். அவனுக்கு சாதகமான சூழல்கள் அடுத்தடுத்து அரங்கேறியவாறு இருக்கும்.

ஆன்மா எதை இரகசியமாக அடைகாக்கின்றதோ, எதை அது விரும்புகின்றதோ, அதனை அது ஈர்க்கும். எதைக் குறித்து அச்சம் கொண்டுள்ளதோ அதனையும் அது ஈர்க்கும். அதன் உயர்வு எண்ணங்களுக்கான ஊக்கத்தின் உச்சத்தினை தொடும். அதன் களங்கமான ஆசைகளின் அடி ஆழத்தினையும் தொடும். ஆன்மா அதற்கு உரியதை அதன் சூழல்களின் வாயிலாக பெறுகின்றது.

மனம் என்னும் நிலத்தில் விழுந்து அல்லது விதைக்கப்பட்டு வேர் ஊன்ற அனுமதிக்கப்பட்ட ஒவ்வொரு எண்ண விதையும் உடனடியாகவோ அல்லது சில காலம் கழிந்தோ செயலாக மலர்ந்து காய்த்து கனிந்து அதன் வகையை ஒத்த விதை பெருகுவதற்கான சந்தர்ப்பச்சூழல் மற்றும்

சே.அருணாசலம்

வாய்ப்பை உருவாக்கும். நல்லெண்ணம் நற்கனியை ஈனும். தீய எண்ணம் தீய கனியை ஈனும்.

புற உலகின் சூழலானது அக உலகின் எண்ணங்களுக்கு ஏற்ப வடிவம் பெறும். ஒருவனுக்கு விரும்பத்தக்க சூழல்களானாலும் சரி, விரும்பத்தகாத சூழல்களானாலும் சரி, அவ்விரண்டுமே அந்த தனி ஒருவனது ஒட்டுமொத்த நன்மைக்காகவே அரங்கேறுகின்றன. தான் விதைத்ததன் விளைச்சலை அறுவடை செய்பவனாக மனிதன் தான் அனுபவிக்கும் பெருந்துன்பம் மற்றும் பேரருள் என இரண்டின் வாயிலாகவும் கற்கிறான்.

ஒருவன் தன்னில் ஆழப் பதிந்த ஆசைகளை, உயர்வு எண்ணுதலுக்கான ஊக்கத்தை, தன் மீது ஆதிக்கம் செலுத்த அவன் அனுமதிக்கும் எண்ணங்களை (தனது களங்கமான கற்பனைகளின் ஓசை இல்லாத ரகசிய வார்த்தைகளோ அல்லது நெஞ்சுறுதியோடு உயர் குறிக்கோளை அடையும் நெடும்பாதை பயணமோ-எதுவாயினும்) அவன் எதை கடைபிடிப்பவனாக இருப்பினும், அவை அவன் வாழ்வில் நிறைவேறுவதற்கான, கனியை ஈவதற்கான புறச் சூழலை இறுதியில் அடைவான். வளர்ச்சியின் விதிகள் மற்றும் சரி செய்யும்

மனிதன். அவன் எண்ணங்களின் நிரலாக்கம்

அமைப்புகள் எப்போதும் எங்கும் செயல்பாட்டு இயக்கத்தில் உள்ளன.

அன்ன சத்திரங்களையோ சிறை கூடங்களையோ விதி அல்லது சந்தர்ப்பசூழ்நிலையின் கொடுமை காரணமாக ஒருவன் வந்தடைவது இல்லை. ஆனால், அவனுள் உறையும் இழிவான எண்ணங்கள் மற்றும் தாழ்வான ஆசைகள் காரணமாகவே அவ்விடத்தில் அவன் தஞ்சம் அடைந்து இருக்கிறான். பரிசுத்த மனம் உடைய ஒருவன் புறச்சூழல் ஒன்றின் அழுத்தம் காரணமாகவே ஒரு குற்ற செயலுக்குள் திடீர் என சறுக்கியதாகவும் சொல்ல முடியாது. அந்த குற்றவியல் ஆன எண்ணத்தை அவன் நெடுங்காலம் தன் உள்ளத்தில் இரகசியமாக அடைகாத்து மெல்ல வளர்த்து வந்துள்ளான். அது போதிய அளவு ஆற்றல் பெற்று வளர்ந்து வெளிவந்து இருப்பதை சூழலானது வெளிச்சமிட்டு காட்டுகின்றது. சூழ்நிலை ஒரு மனிதனை உருவாக்கவில்லை. அது அவனை அவனுக்கே அடையாளம் காட்டுகின்றது. இழிவான எண்ணங்களைத் தொற்றிக்கொள்ளாமல் ஒருவன் தீமையின் தாழ்நிலைகளை, கூடவே வரும் அதன் துன்பங்களை அடைய முடியாது. அற நெறிகளை எண்ணுதலுக்கான ஊக்கமின்றி நன்மையின் உயர்நிலைகளை, கூடவே வரும் அதன்

களங்கமற்ற மகிழ்ச்சியை அடைய முடியாது. எனவே மனிதனானவன் அவனது எண்ணங்களின் தலைவனாக இருக்கிறான். அவனது சூழலின் வடிவமைப்பாளனாக, கட்டமைப்பாளனாக இருக்கிறான். அவன் நிலையை உருவாக்குபவன் அவனே. பிறப்பெடுக்கும் போதே ஆன்மா அதற்கு உரியதை வந்தடைகிறது. பூமியில் அது மேற்கொள்ளும் புனித யாத்திரையின் ஒவ்வொரு அடியிலும் அது தன்னை வெளிப்படுத்திக் கொள்வதற்கான சூழல்களின் கட்டமைப்பை அது ஈர்க்கின்றது. அவை, அதற்கே சொந்தமான பரிசுத்தம்-களங்கம், பலம்-பலவீனங்களின் பிரதிபலிப்பு.

மனிதர்கள் தாங்கள் வேண்டுவதை ஈர்ப்பதில்லை. ஆனால், என்னவாக இருக்கிறார்களோ அதற்கு ஏற்றதை ஈர்க்கிறார்கள். அவர்களது மேலோட்டமான விருப்பங்கள், வினோதமான ஆசைகள், பேராசையான இலட்சியங்கள் ஒவ்வொரு படியிலும் தகர்க்கப்படுகின்றன. ஆனால், அவர்களின் உள்ளத்தில் ஆழப் பதிந்த எண்ணங்கள் மற்றும் ஆசைகள்-, அவை பரிசுத்தமானவையோ அல்லது இழிவானையோ, அவை அவற்றிற்றின் பசிக்கு ஆன உணவை பெற்று ஈடேறுகின்றன. "நம் இறுதி நிலையை வடிவமைக்கும் தெய்வீகம்" நமக்குள் தான் இருக்கின்றது. அதுவே நமது உண்மை

இருப்பு. மனிதன் அவன் ஒருவனாலேயே பிணைக்கப்படுகிறான். எண்ணமும் செயலுமே விதியின் செயல்பாட்டாளர்கள். அவை தாழ்வானவை ஆயின்- சிறைப்படுத்தும். அவை சிறந்தவையாயின்- விடுவிக்கும் சுதந்திர தேவதைகளும் ஆகும். மனிதன் தான் விரும்புவதையும் வேண்டுவதையும் பெறுவது இல்லை. ஆனால் எதை அவன் உண்மையாக ஈட்டியுள்ளனோ அதைப் பெறுகிறான். அவனது விருப்பங்களும் வேண்டுதல்களும் எப்போது ஈடேறுகின்றன, எப்போது விடை கிடைக்கப் பெறுகின்றன என்றால்-, அவை அவனது எண்ணங்களோடும் செயல்பாடுகளோடும் ஒத்திசையும் போது தான்.

இந்த உண்மையின் வெளிச்சத்தில் ‘‘சூழல்களை எதிர்த்து போரிடுவது’’ என்பதன் அர்த்தம் தான் என்ன? அதன் அர்த்தம், ஒருவன் புறச்சூழலில் இருக்கும் விளைவுகளோடு தொடர்ந்து போராடுகிறான். அதே நேரம், அவன் உள்ளத்தில் அதன்(அது விளைவதற்க்கான) காரணத்தை பாதுகாத்து ஊட்டி வளர்க்கிறான். அந்த காரணம் என்பது அவன் உணர்ந்து செய்யும் தீமை அல்லது அவன் உணராது இருக்கும் அவனது பலவீனம் என எந்த வடிவாகவும் இருக்கலாம். ஆனால் அது எதுவாயினும் சரி, அதன் உரிமையாளனின்

சே.அருணாசலம்

முயற்சிகளை அது உறுதியாக தடுக்கின்றது. எனவே அது திருத்தப்பட வேண்டும் என்று அறைகூவல் விடுக்கின்றது.

மனிதர்கள் தங்கள் சூழலை மேம்படுத்திக் கொள்ள வேண்டும் என்று பேராவல் கொண்டுள்ளனர். ஆனால் தங்களை மேம்படுத்திக் கொள்ள அவர்கள் முயற்சிப்பது இல்லை. அதனால் அவர்கள் இருக்கும் இடத்தில் கட்டுண்டு இருக்கிறார்கள். எவன் தன் அகம்பாவத்தை மறுக்க (அகம்பாவத்தை சிலுவை பாட்டுக்கு உட்படுத்த) தயங்குவதில்லையோ அவன் இதயத்தில் கொண்டிருக்கும் இலக்கை அடையாமல் தோல்வி அடைவது இல்லை. இம்மை மறுமை என இரு உலகைச் சார்ந்தவைகளுக்கும் இது பொருந்தும். சொத்து சேர்ப்பது ஒன்றையே இலக்காக கொண்டிருக்கும் ஒருவன் கூட அந்த இலக்கை அடைய தனிப்பட்ட அளவில் பல பெரும் தியாகங்களை செய்வதற்குத் தயாராக இருக்க வேண்டும். அப்படி என்றால் வலிமையான பேரருள்நிலைப்பெற்று இருக்கும் வாழ்வை வாழ விழைபவன் எந்தளவு இன்னும் அதிகமாக தியாகம் செய்ய வேண்டும்.

மனிதன், அவன் எண்ணங்களின் நிரலாக்கம்

இங்கே மிக ஏழ்மை நிலையில் துன்பப்படும் ஒருவன் இருக்கிறான். அவன் தனது சூழல்கள் மேன்மை அடைய வேண்டும், தனது வீட்டின் வசதிகள் பெருக வேண்டும் என்று பெரிதும் ஆவல் கொண்டிருக்கிறான். ஆனால் அவன் தன் கடமைகளைச் சரி வர செய்யாமல் புறக்கணித்து அதை நியாயப்படுத்துகிறான், தன் எஜமானன் அவனுக்கு போதுமான ஊதியம் வழங்குவதில்லை என்று. உண்மையான வளம் என்பதன் அடிப்படையின் எளிய கோட்பாடுகளைக் கூட அத்தகைய ஒருவன் புரிந்து கொள்ளாமல் இருக்கிறான். அவன் தன் மோசமான ஏழ்மை நிலையில் இருந்து மேல் எழுவதற்கு முற்றிலும் தகுதியற்றவனாக இருப்பதோடு இன்னும் மோசமான நிலைகளை ஈர்ப்பவனாகவும் இருக்கிறான். காரணம், அவன் சோம்பித்திரியும், ஏமாற்றும், தரக்குறைவான தகுதியற்ற எண்ணங்களில் உழன்று செயல்பட்டுக் கொண்டிருக்கிறான்.

இங்கே ஒரு மிக பணக்காரன், நாவின் சுவை அரும்புகளை ஈடேற்றும் ஆசையில் அளவுக்கு மீறி உண்ணுவதன் காரணமாக தொடர் வேதனை தரும் ஒரு நோயால் பாதிக்கப்பட்டு இருக்கிறான். அதிலிருந்து விடுபட அவன் எவ்வளவு பணம் என்றாலும் செலவிட தயாராக இருக்கிறான்.

சே.அருணாசலம்

ஆனால் உணவின் மீது கொண்ட ஆசையை தியாகம் செய்ய அவன் தயாராக இல்லை. தன் நாவின் சுவை அரும்புகளை ஈடேற்ற விலை உயர்ந்த, இயற்கைக்கு மாறான உணவுகளை உண்ண ஆவல் கொள்ளும் அதே நேரம் தன் உடல் நலமும் பாதிக்கப்படக்கூடாது என நினைக்கிறான். அத்தகைய ஒருவன் உடல் நலத்தை பேண முற்றிலும் தகுதியற்றவன் ஆவான். காரணம், அவன் ஆரோக்கியமான வாழ்வின் முதல் அடிப்படை கோட்பாடுகளைக் கூட அவன் இன்னும் கற்று இருக்கவில்லை.

இங்கே தொழிலாளர்களை பணி அமர்த்தும் ஒரு பணியமர்த்துனன் இருக்கிறான். நிர்ணயிக்கப்பட்ட ஊதியத்தை வழங்குவதைத் தவிர்க்க அவன் குறுக்கு வழிகளை கையாளுகிறான். அதனால் பெருத்த லாபம் பெற முடியும் என்னும் நம்பிக்கையில் அவன் பணி செய்பவர்களின் ஊதியத்தைக் குறைக்கிறான். அத்தகைய ஒருவன் வளமான வாழ்வை அடைய முற்றிலும் தகுதியற்றவன் ஆவான். அத்தகையவன் நொடித்து போகும்போது, பணரீதியாகவும் சரி மற்றும் மதிப்பு ரீதியாகவும் சரி, அவன் சூழ்நிலையைக் குற்றம் சொல்கிறான். ஆனால் அவனே தான் அவனது நிலைக்கு முக்கிய காரண கர்த்தா என்பதை மறந்து விடுகிறான்.

மனிதன், அவன் எண்ணங்களின் நிரலாக்கம்

ஒருவனது சூழலுக்கான காரணம் அவனே தான் (அதை அவன் பெரும்பாலும் அறியாது இருந்தாலும்) என்ற உண்மையை எடுத்துரைக்க நான் இங்கே மூன்று சூழல்களை அறிமுகப்படுத்தி இருக்கிறேன். அவர்கள் அனைவரும் ஒரு நல் முடிவையே இலக்காகக் கொண்டிருந்தாலும் அதனை அடைவதற்குத் தடை ஏற்படுத்தும் வகையில் அம்முடிவோடு ஒத்திசைவதற்குச் சாத்தியமில்லாத எண்ணங்கள் மற்றும் ஆசைகளைத் தொடர்ந்து ஊக்குவிக்கிறார்கள். எண்ணிக்கை கணக்கின்றி இதுபோன்று பல்வேறு எடுத்துக்காட்டுகளைக் கூறிக் கொண்டே போக முடியும். அவற்றை கூறிக் கொண்டே போவது தேவையில்லை. வாசகன் உறுதியான தீர்மானம் கொண்டால், அவனது சொந்த வாழ்விலும் மனதிலும் எண்ணங்களின் விதிகள் செயல்படுகின்ற தடத்தைக் காண முடியும். இதை செய்யாது இருக்கும் வரை, புறவுலக நிதர்சன நிகழ்வுகளை விளக்கி கூறுவது எந்த பயனையும் தராது.

என்றாலும் சூழல்கள் என்பன எளிதில் புரிந்துக் கொள்ள முடியா அளவு மிக சிக்கலானவை. எண்ணம் என்பது மிக ஆழ வேர் கொண்டுள்ளது. மகிழ்ச்சியான சூழல் என்பது தனி நபர்களுக்கு

சே.அருணாசலம்

இடையே பலவாறு வேறுபடும். ஒரு மனிதனது முழுமையான ஆன்ம நிலையை(அது அவனுக்கு தெரிந்து இருந்தாலும்) அவனது புற உலக வாழ்வின் சூழ்நிலையைக் கொண்டு இன்னொருவனால் எடைபோட முடியாது. ஒருவன் குறிப்பிடத்தகுந்த சில வழிமுறைகளில் நேர்மையாளனாக இருக்கலாம். ஆனால் வறுமையில் வாழலாம். இன்னொருவன் குறிப்பிடத்தகுந்த சில வழிமுறைகளில் நேர்மையற்றவனாக இருக்கலாம். ஆனாலும் செல்வத்தைக் குவிக்கலாம். பொதுவாக என்ன முடிவு எட்டப்படுகிறது என்றால், ஒருவன் தன் நேர்மையின் காரணமாகத் துன்பப்படுகிறான். இன்னொருவன் தன் நேர்மையின்மையின் காரணமாக வளம் கொழிக்கிறான் என்று. மேலோட்டமாக ஆராயப்பட்டதன் விளைவாக இந்த தீர்ப்பு அமைகிறது-, நேர்மையற்றவன் முற்றுமுதலாக தீமையானவன், நேர்மையாளன் முற்றுமுதலாக நன்மையானவன் என்று. அத்தகைய தீர்ப்பு தவறானது என்று ஆழமான அறிவின் ஒளி வெளிச்சப் பார்வையில் நோக்கும் போது, பரந்த அனுபவத்தோடு நோக்கும்போது தெளிவாகும். அந்த நேர்மையற்றவன், மற்றவனிடம் இல்லாத பல விரும்பத்தக்க குண நலன்களைக் கொண்டிருக்கலாம். நேர்மையாளனிடம், மற்றவனிடம் இல்லாத பல வெறுக்கத்தக்க குண நலன்கள் இருக்கலாம்.

மனிதன், அவன் எண்ணங்களின் நிரலாக்கம்

நேர்மையாளன், தனது நேர்மையான எண்ணங்கள் மற்றும் செயல்களின் நல் விளைவுகளை அறுவடை செய்வான். அவனது தீயநெறிகளுக்காக தன்மீது துன்பத்தையும் வரவைத்துக் கொள்வான். நேர்மையற்றவனும் அதே போல் அவனுக்கு சொந்தமான வேதனை மற்றும் மகிழ்ச்சியை அனுபவிப்பான்.

ஒருவன் தன் அறநெறி குணங்கள் காரணமாக துன்பப்படுகிறான் என்று நம்புவது மனித அகந்தைக்கு பெருமிதமாக, திருப்தி அளிப்பதாக இருக்கிறது. ஆனால் அவன் தன் ஒவ்வொரு சீக்கான, கசப்பான, களங்கமான எண்ணங்களைத் தன் மனதில் இருந்து நீக்கும் வரை, ஒவ்வொரு பாவமான கறையையும் தன் ஆன்மாவிலிருந்து அலசி பரிசுத்தப்படுத்தும் வரை மட்டுமே அவன் தன் நற்குணங்களே தன் துன்பத்திற்கு காரணம், தன் தீய குணங்கள் அல்ல என்று அறிவிக்கும் நிலையில் இருப்பான். செம்மை நிலை நோக்கி தொடரும் அவன் பயணத்தில், செம்மை நிலையை அடைவதற்கு இன்னும் வெகுதூரம் உள்ள போதும், அவன் தன் மனதிலும் வாழ்விலும் நியாயத்துடன் செயல்படும் இயற்கை பெருநீதியின் செயல்பாட்டைக் கண்டிருப்பான். அது தீமைக்கு நன்மையைத் தராது. நன்மைக்குத் தீமையைத் தராது. அத்தகைய மெய்யறிவை அவன் பெற்ற

24

பின், அவன் தன் கடந்த காலத்தைத் திரும்பிப் பார்க்கும்போது தன் அறியாமைகளை எண்ணி உணர்வான். வாழ்வு என்பது நீதிநெறிக்கு உட்பட்டே செயல்படுகின்றது. அவனது கடந்த கால அனுபவங்கள், நல்லது கெட்டது என இரண்டும் அன்றைய நிலையில் இன்னும் பரிணமித்திடாத, பரிணமிப்பதற்கான அவனது உள்ளிருப்புக்கு வேண்டியதாக இருந்தது என்று உணர்வான்.

நல்லெண்ணங்களும் செயல்களும் ஒருபோதும் தீய விளைவுகளை ஏற்படுத்த முடியாது. தீய எண்ணங்களும் செயல்களும் ஒருபோதும் நல் விளைவுகளை ஏற்படுத்த முடியாது. இதன் பொருள் வேறு ஒன்றும் அல்ல, சோளத்தில் இருந்து சோளம் விளையும், முள்ளங்கியிலிருந்து முள்ளங்கி விளையும் என்பது தான். புற உலகச் செயல்பாடுகளில் மனிதர்கள் இந்த விதியைப் புரிந்துக் கொள்கின்றனர். அதோடு இயைந்து செயல்படுகின்றனர். ஆனால் மனம் மற்றும் அக உலகில் (புற உலகைப் போலவே அங்கும் அதன் செயல்பாடு எளிமையானது, தடம் புரளதது தான் என்றாலும்) வெகு சிலரால் மட்டுமே அது புரிந்துக் கொள்ளப்படுகிறது. எனவே, அவர்கள் இயைந்து செயல்படாமல் இருக்கிறார்கள்.

மனிதன், அவன் எண்ணங்களின் நிரலாக்கம்

துன்பம் என்பது எப்போதுமே ஏதோ வகையில் நிகழ்ந்த தவறான எண்ணத்தின் விளைவே ஆகும். அந்தத் தனிநபர் தன்னுள் ஒத்திசைவோடு இல்லை என்பதன் அறிகுறி. தன் உள்ளிருப்பின் விதிகளோடு ஒத்திசைவில் இல்லை என்பதன் அறிகுறி. துன்பம் வாட்டுவதன் மூல காரணம் தூய்மைப்படுத்தப்படுதல் இன்றியமையாதது என்பதை உணர்த்துவதற்காகவே. தேவையற்றவைகளையும் களங்கமானவைகளையும் எரிக்க வேண்டும் என்பதை தெரிவிப்பதற்காகவே. தூய்மையானவன் துன்பத்திலிருந்து விடுபட்டு இருக்கிறான். செம்பொன்னிலிருந்து களிம்புகளை அகற்றிய பின் அதை நெருப்பில் வாட்டுவதால் எந்த பயனும் இல்லை. களங்கமற்ற பரிசுத்தமான மெய்ஞானம் அடைந்த ஓர் உயிர் துன்புறுவது இல்லை.

சூழ்நிலைகளினால் ஒருவன் சந்திக்கும் வேதனை என்பது அவனது சொந்த மனதின் ஒத்திசைவு இன்மையின் விளைவே ஆகும். சூழ்நிலைகளினால் ஒருவன் சந்தித்திடும் பேரருள் என்பது அவனது சொந்த மனதின் ஒத்திசைவு நிலையே ஆகும். சரியான எண்ணங்களின் அளவீடாக இருப்பவை பொருள் உடைமைகள் அல்ல, பேரருளே ஆகும். பொருள் உடைமைகள் பற்றாக்குறையாக இருப்பது அல்ல, இழிநிலையே

சே.அருணாசலம்

தவறான எண்ணங்களின் அளவீடு ஆகும். ஒருவன் சபிக்கப்பட்டவனாக இருக்கலாம், செல்வந்தனாக இருக்கலாம். ஒருவன் பேரருள் பெற்றவனாக இருக்கலாம், ஏழையாக இருக்கலாம். பேரருளும் செல்வவளமும் எப்போது இணைந்து இருக்கின்றன என்றால், செல்வமானது சரியான மெய்யறிவுடன் பயன்படுத்தப்படும் போது தான். ஏழை எப்போது இழிநிலைக்குள் சறுக்குகிறான் என்றால், அவன் தனது நிலைக் குறித்து தன்மீது அநியாயமாகச் சுமத்தப்பட்ட பாரம் என்று கருதும் போது தான்.

கையேந்தும் நிலை மற்றும் அளவுக்கு மீறிய தன்னுகர்வு நிலை ஆகிய இரண்டும் இழிநிலை என்று கூறப்படுவதன் இரு எல்லைகள் ஆகும். அவை இரண்டுமே இயற்கைக்கு மாறானவை. மன ஒழுங்கின்மையின் விளைவு ஆகும். ஒருவன் மகிழ்ச்சியானவனாக, ஆரோக்கியமானவனாக, வளமானவனாக இல்லை என்றால் அவன் அவனுக்கு உரிய நிலையில் இல்லை, அவனது அகம் ஆனது புறத்தோடு ஒத்திசைவில் இல்லை என்று பொருள். ஒருவனது அகமானது புறத்தோடு ஒத்திசைவதன் விளைவே மகிழ்ச்சி ஆரோக்கியம் மற்றும் வளம் நிறைந்த அவனது சூழல் ஆகும்.

ஒருவன் எப்போது மனிதனாக இருக்கத் தொடங்குகிறான் என்றால் அவன் குறை சொல்வது, விமர்சிப்பது, முணுமுணுப்பது, வெறுப்பும் சலிப்பும் அடைவது, ஆகியவற்றிலிருந்து விடுபட்டு தனது வாழ்வை ஒழுங்கமைக்கும் மறைவான நீதியை தேடத் தொடங்கும் போது தான். அந்த ஒழுங்கமைக்கும் அம்சத்திற்கு தனது மனதை அவன் உட்படுத்திக் கொள்ளும் போது, தனது நிலைக்கு மற்றவர்கள் தான் காரணம் என்று குற்றம் சாட்டுவதைத் தவிர்க்கிறான். சூழ்நிலைகளை எதிர்த்து போரிடுவதை விட்டுவிட்டு அவற்றை தனது இன்னும் வேகமான முன்னேற்றத்திற்குச் சாதகமாகப் பயன்படுத்தத் தொடங்குகிறான். அவனுள் மறைந்திருந்த ஆற்றல்களையும் சாத்தியக் கூறுகளையும் வெளிக்கொணாரும் கருவிகளை அவற்றில் காண்கிறான்.

குழப்பம் அல்ல, நீதியே இந்த பிரபஞ்சத்தில் ஆதிக்கம் செலுத்துகின்ற கோட்பாடு ஆகும். அநியாயம் அல்ல, நியாயமே வாழ்வின் ஆன்மாவும் சாரமும் ஆகும். தீமை அல்ல, நன்மையே ஆன்மீக உலகை நிர்வகிக்கும் வடிவமைக்கும் செயல்படுத்தும் ஆற்றலாகும். இது இவ்வாறு இருக்க, இந்த பிரபஞ்சம் சரியானது என்று கண்டுணர ஒருவன் தன்னைத் தானே சரி படுத்திக் கொள்ள வேண்டியது அவசியம் ஆகும்.

சே.அருணாசலம்

தன்னைத்தான் அவன் திருத்தி தன்னைச் சரி படுத்திக் கொள்ளும் செயல்பாட்டில், நிகழ்வுகள் மற்றும் மற்ற மனிதர்கள் குறித்து அவன் தன் எண்ணத்தை மாற்றிக் கொள்வதன் விளைவாக நிகழ்வுகளும் மற்ற மனிதர்களும் அதற்கு ஏற்ப மாற்றம் பெறுகிறார்கள் என்பதை அவன் கண்டுணர்வான்.

இந்த உண்மைக்கான அத்தாட்சி ஒவ்வொரு மனிதரிலும் இருக்கின்றது. அதற்குச் சுய பரிசோதனை மற்றும் சுய ஆய்வுக்கு உட்படுவதற்கான எளிய விசாரணையை ஒருவன் தன்னுள் அனுமதிக்க வேண்டும். அவ்வளவே. ஒருவன் தன் எண்ணங்களை உளப்பூர்வமாக திருத்தி அமைக்கட்டும். புறச்சூழலில் அது ஏற்படுத்துகின்ற அதிவிரைவு மாற்றங்களைக் கண்டு அவனே வியந்து போவான். எண்ணங்களை இரகசியமாக வைத்திருக்க முடியும் என்று மனிதர்கள் நினைக்கிறார்கள். ஆனால் அது முடியாது. அது விரைவில் பழக்கமாக உருமாறும். பழக்கமானது சூழலாக நிலைபெறும்.

இழிநிலை எண்ணங்கள் -போதை மற்றும் புலன் இன்ப இச்சை ஊட்டும் பழக்கங்களாக உருமாறும். கைவிடப்பட்ட நிலை மற்றும் ஆரோக்கிய கேடு என்னும் சூழலாக நிலைப்பெறும். எல்லா வகை

மனிதன். அவன் எண்ணங்களின் நிரலாக்கம்

களங்கமான எண்ணங்களும் தூண்டுதலுக்கும் குழப்பத்திற்கும் உள்ளாக்கும் பழக்கங்களாக உருமாறும். கவனச்சிதறல் மற்றும் கடினமான சூழலாக நிலைப்பெறும்.

அச்சமான, சந்தேகமான, முடிவு எடுக்கும் உறுதியற்ற எண்ணங்கள் பலவீனமான, ஆளுமையற்ற, செயல் திறன் அற்ற பழக்கங்களாக உருமாறும். தோல்வி, வறுமை மற்றும் பிறரை சார்ந்து இருக்கும் அடிமை வாழ்வு என்னும் சூழலாக நிலைப்பெறும்.

சோம்பி திரிய எண்ணும் எண்ணங்கள் தூய்மையின்மை மற்றும் நேர்மையின்மை பழக்கங்களாக உருமாறும். அசுத்தமான நிலை மற்றும் கையேந்தி கெஞ்சும் நிலை என்னும் சூழலாக நிலைப்பெறும். காழ்ப்புணர்வு மற்றும் கண்டனம் செய்யும் எண்ணங்கள் பழி சுமத்தல் மற்றும் வன்முறை பழக்கங்களாக உருமாறும். தண்டித்தல் மற்றும் பாதிப்பு ஏற்படுத்தல் சூழல்களாக நிலைப்பெறும். எல்லா வகையான சுயநல எண்ணங்களும் தன் முனைப்பு, சுய முன்னிறுத்தல் பழக்கங்களாக உருமாறும். ஏறக்குறைய மன அழுத்தம் தரும் சூழல்களாக நிலைப்பெறும்.

சே.அருணாசலம்

மற்றொருபுறம் எல்லா வகையான அழகிய எண்ணங்களும்- கனிவான பேரிரக்கமான பழக்கங்களாக உருமாறும். இதமான, வளர்ச்சியான சூழல்களாக நிலைப்பெறும். பரிசுத்தமான எண்ணங்கள் நிதானமான, சுயகட்டுப்பாடான பழக்கங்களாக உறுமாறும். நிம்மதி தரும், அமைதி தரும் சூழல்களாக நிலைப்பெறும். துணிவான, தன்னம்பிக்கையான, உறுதியான தீர்மானம் எடுக்கும் எண்ணங்கள் ஆளுமையான பழக்கங்களாக உருமாறி வெற்றிகரமான, அபரிமிதமான, சுதந்திரமான சூழல்களாக நிலைப்பெறும். ஆற்றல் வாய்ந்த எண்ணங்கள் தூய்மைப்படுத்தும், தொழில் திறன் வளர்க்கும் பழக்கங்களாக உருமாறும். விரும்பத்தக்க சூழல்களாக அது நிலைப்பெறும்.

மென்மையான மன்னிக்கும் எண்ணங்கள் பெருந்தன்மையான பழக்கங்களாக உருமாறும். பாதுகாப்பு வழங்கும் காப்பாற்றும் சூழல்களாக நிலைப்பெறும். அன்பான சுயநலமற்ற எண்ணங்கள் பிறர் நலம் கருதி தன்னை மறக்கும் பழக்கங்களாக உருமாறும். உறுதியான நிலையான வளம் கொழிக்கும் சூழல்களாக நிலைப்பெறும்.

ஒரு குறிப்பிட்ட வகை எண்ணவோட்டங்கள் தொடர்ந்து நிலவும் போது (நன்மையோ தீமையோ

மனிதன். அவன் எண்ணங்களின் நிரலாக்கம்

என்பதற்கு அப்பாற்பட்டு) அவை குண இயல்பு மற்றும் சூழலின் மீது ஒரு தாக்கத்தை ஏற்படுத்துவதில் அது நிச்சயம் தோல்வி அடையாது. ஒரு மனிதன் தனது சூழலை நேரடியாக தேர்ந்தெடுக்க முடியாது. ஆனால், அவன் தன் எண்ணங்களைத் தேர்ந்தெடுக்க முடியும். அதன் மூலம் மறைமுகமாக, ஆனால் நிச்சயமாக, அவன் தன் சூழல்களை வடிவமைத்துக் கொள்ள முடியும்.

ஒவ்வொரு மனிதனுக்கும், அவன் மிக ஊக்கம் கொண்டு எண்ணும் எண்ணங்களை ஈடேற்ற இயற்கை துணை நிற்கின்றது. அவை நல்லவையோ அல்லது தீவையோ, எதுவாயினும் அவை உள்ளிருந்து மேற்பரப்புக்கு விரைந்து வருவதற்கான வாய்ப்புகள், சந்தர்ப்பங்கள், சூழல்கள் வழங்கப்படுகின்றன.

ஒருவன் தன் பாவகரமான எண்ணங்களில் இருந்து விடுபடட்டும். மொத்த உலகமும் அவனிடம் மென்மையாக அணுகும். அவனுக்கு உதவுவதற்கு தயாராக இருக்கும். அவன் தன் பலவீனமான, சீக்கான எண்ணங்களைத் தூக்கி எறியட்டும். அவனது வலிமையான மனதிட்பத்தை ஊக்குவிக்கும் வகையில் ஒவ்வொரு பக்கம்

சே.அருணாசலம்

இருந்தும் வாய்ப்புகள் குவியும். அவன் நல் எண்ணங்களை ஊக்குவிக்கட்டும். எந்த கடினமான விதியும் அவனை இழிநிலைக்கும் அவமானத்திற்கும் இட்டு செல்லாது என்று அவன் உணர்வான். உலகம் என்பது உங்களது கெலடஸ்கோப் ஆகும். தொடர் நிகழ்வாக மாறிக்கொண்டே இருக்கும் உங்கள் எண்ணங்களுக்கு ஏற்ப அதன் காட்சிகள் மாறிக்கொண்டே இருக்கும், கெலடஸ்கோப்பில் தொடர்நிகழ்வுக்கு உள்ளாகும் பல நிற சேர்க்கைகளினாலான காட்சிமாற்றங்கள் போல.

நீங்கள் எதுவாக விரும்புகிறீர்களோ அது ஆவீர்கள்;

சூழல் என்னும் அற்ப வார்த்தையின் மூலமாக

தோல்வி தன் பொய்யான திருப்தியை காணும்

ஆனால் உள்ளிருக்கும் ஜீவன் அதற்கு தலை வணங்காது, அடி பணியாது.

அது காலம் மற்றும் இடவெளியை கடந்தது

அதிர்ஷ்டம் என்னும் அலட்டிக் கொள்ளும் தந்திரக்காரனை அது வீழ்த்தும்

மனிதன், அவன் எண்ணங்களின் நிரலாக்கம்

சூழல் என்னும் கொடுங்கோலனின் மணிமகுடத்தை அது பறிக்கும்

கூப்பிட்ட குரலுக்கு ஏவல் புரியும் வேலைக்காரன் என அது ஆக்கும்

மனிதனின் மன உறுதி கண்களுக்குத் தெரியாத பேராற்றல் ஆகும்

இறப்பில்லா ஆன்மாவிலிருந்து முளைத்து எழுந்தது ஆகும்

எந்த ஒரு இலக்கிற்கும் அது பாதை அமைக்கும்

கருங்கல் பாறையினால் ஆன சுவர்கள் குறுக்கிட்டாலும்.

தாமதமாவதால் பொறுமை இழக்க வேண்டாம்.

புரிந்துணர்வு கொண்ட ஒருவனாகக் காத்திருங்கள்

உள்ளிருக்கும் ஜீவன் மேலெழுந்து கட்டளையிடும்போது

கடவுள்களும் ஆணை ஏற்க தயாராக இருக்கிறார்கள்.

சே.அருணாசலம்

3. உடல் ஆரோக்கியம் மற்றும் உடல் மீது ஆன எண்ணங்களின் விளைவுகள்

உடல் என்பது மனதிற்கு கட்டுப்படும் வேலைக்காரன் ஆகும். அது மனதின் செயல்பாடுகளுக்கு கட்டுப்படும். அது திட்டமிடப்பட்டு தேர்வு செய்யப்பட்ட செயல்பாடுகளாக இருந்தாலும் சரி அல்லது தன்னியக்கமாக வெளிப்பட்டு இருக்கும் செயல்பாடுகளாக இருந்தாலும் சரி. நீதி நெறிக்கு புறம்பான எண்ணங்களுக்கு அழைப்பு விடுக்கப்படும் போது உடலானது நோய் மற்றும் சீர்கேடுகளுக்கு விரைவில் ஆட்படும். பேரானந்தமான அழகான எண்ணங்கள் கட்டளை இடப்படும் போது அது பொலிவையும் அழகையும் ஆடையாக அணியும்.

நோய் மற்றும் உடல் ஆரோக்கியம் என இரண்டும், சூழல்களைப் போலவே எண்ணங்களில் வேர் கொண்டு இருக்கின்றன. சீக்கான எண்ணங்கள் ஒரு சீக்கான உடல் மூலமாக தங்களை வெளிப்படுத்திக் கொள்ளும். அச்சம் மற்றும் பயம் ஊட்டும் எண்ணங்கள் ஒரு தோட்டாவைப் போல மனிதனை

மனிதன். அவன் எண்ணங்களின் நிரலாக்கம்

அதிவிரைவாக கொல்லும் என கண்டறியப்பட்டுள்ளது. அந்த அளவுக்கு விரைவாக இல்லை என்றாலும் அவை தொடர்ந்து ஆயிரக்கணக்கான மனிதர்களை நிச்சயமாக கொன்று கொண்டு தான் இருக்கின்றன. நோய் குறித்த அச்சத்தில் வாழும் மனிதர்களே அதற்கு ஆட்படுபவர்களாக இருக்கின்றார்கள். பதட்டம் என்பது முழு உடம்பையும் விரைவாக சீர்குலைக்கும், நோய் உள்நுழைவதற்கான வாயிலைத் திறந்து விடும். களங்கமான எண்ணங்கள் நிஜ(ச)த்தில் அல்லது புற அளவில் செயல்படுத்தப்படாமல் இருக்கும் வேளையிலும் நரம்பு மண்டலங்களைப் பாதிக்கும்.

வலிமையான, பரிசுத்தமான, மகிழ்ச்சியான எண்ணங்கள் உடலை உயிர்போடும் வனப்போடும் கட்டமைக்கும். உடல் என்பது ஒரு மெல்லிய நுட்பமான நெகிழ்வான பிளாஸ்டிக் கருவி போன்றது ஆகும். அதன் மீது படியும் ஒவ்வொரு எண்ணத்திற்கும் அது உடனடியாக எதிர்வினை ஆற்றும். தொடர் பழக்கமான எண்ணங்கள், அவை நல்லதோ அல்லது கெட்டதோ, தம் விளைவை உடலின் மீது ஏற்படுத்தும்.

சே.அருணாசலம்

மனிதர்கள் தூய்மையற்ற எண்ணங்களைப் பரப்பிக் கொண்டிருக்கும் வரை அவர்கள் உடலில் அசுத்தமான விஷத்தன்மை கொண்ட இரத்தமே ஓடும். ஒரு தூய்மையான இதயத்தில் இருந்து தூய்மையான வாழ்வு மற்றும் தூய்மையான உடல் புறப்படுகின்றது. ஒரு களங்கமான மனதில் இருந்து ஒரு களங்கமான வாழ்வு மற்றும் சீர்கேடான உடல் ஏற்படுகின்றது. செயல்பாடு, வாழ்வு மற்றும் வெளிப்பாட்டின் ஊற்று கண்ணாக இருப்பது எண்ணமே. ஆதார ஊற்றை பரிசுத்தமாக வைத்திருங்கள். அனைத்தும் பரிசுத்தமாகும்.

உணவு முறையை மாற்றி அமைப்பது ஒருவனுக்கு எந்த பயனையும் தராது, அவன் தன் எண்ண முறையை மாற்றிக் கொள்ளவில்லை என்றால். ஒருவன் தன் எண்ணங்களைத் தூய்மைப்படுத்திக் கொள்ளும்போது சீர்கேடான உணவுகள் மீது அவன் விருப்பம் கொள்வது இல்லை.

தூய எண்ணங்கள் தூய பழக்கங்களை உருவாக்கும். தன் உடலை தூய்மைப்படுத்திக் கொள்ளாது இருந்து ஞானி என்று பெயர் பெறுபவன் ஞானி ஆக மாட்டான். எவன் தன் எண்ணங்களை வலிமைப்படுத்திக் கொண்டுள்ளானோ, தூய்மைப்படுத்தி கொண்டுள்ளானோ அவன் நோய் கிருமி குறித்து அச்சம் கொள்ள மாட்டான்.

மனிதன். அவன் எண்ணங்களின் நிரலாக்கம்

நீங்கள் உங்கள் உடலை பாதுகாக்க விரும்பினால், உங்கள் மனதை காவல் காத்திடுங்கள். நீங்கள் உங்கள் உடலைப் புதுப்பிக்க விரும்பினால், உங்கள் மனதை அழகாக்கிடுங்கள். வஞ்சகம், பொறாமை, ஏமாற்று, உளச்சோர்வு ஆகியன உடலை அதன் ஆரோக்கியம் மற்றும் வனப்பிலிருந்து கவ்விக் கொள்ளும். ஒரு கசப்பான முகம் தன்னால் வந்தது அல்ல, அது கசப்பான எண்ணங்களை எண்ணியதால் உருவானது. முட்டாள் தனங்களும் வெறி உணர்வுகளும் ஆணவ அகம்பாவமும் துக்க கோடுகளை வரைகின்றன.

96 வயது நிரம்பிய மூதாட்டி ஒருவரை நான் அறிவேன். அந்த மூதாட்டி ஒரு சிறுமியின் பொலிவான கள்ளம் கபடமற்ற முகத்தைக் கொண்டிருப்பாள். நடுத்தர வயதே நிரம்பிய நபர் ஒருவனை எனக்குத் தெரியும். அவனது முகம் ஒத்திசைவின்றி பல சுருக்கங்களுடன் காணப்படும். முதலாவது, ஒரு இனிய ஊக்கம் நிறைந்த மனநிலையின் விளைவாகும். இரண்டாவது, வெறி உணர்வு மற்றும் மன நிறைவு இன்மையின் விளைவாகும்.

சே.அருணாசலம்

காற்று, சூரிய ஒளி தங்கு தடை இன்றி வீட்டில் உள் நுழைய நீங்கள் அனுமதித்தால் மட்டுமே உங்கள் வசிப்பிடம் இனிதாகவும் ஏற்றதாகவும் இருக்கும். நல்லெண்ணம் நிறைந்த மகிழ்ச்சியான சாந்தமான எண்ணங்கள் மனதில் நுழைவதற்கு அனுமதிக்கப்படும்போது மட்டுமே வலிமையான உடலும் மலர்ச்சியான, மகிழ்ச்சியான, பொலிவான சாந்தமான முகத்துடன் கூடிய எதிர்கொள்ளல் நிகழும்.

முதியோர்களின் முகங்களில் சுருக்கங்கள் காணப்படும், அவற்றில் சில இரக்கத்தால் விளைந்தவை, சில வலிமையான பரிசுத்தமான எண்ணங்களால் விளைந்தவை, சில வெறியுணர்வினால் பதிந்தவை. யாரால் அவற்றை அடையாளம் காண முடியாமல் போகும்? எவர் வாழ்வைச் சரியாக வாழ்ந்துள்ளனரோ அவர்களின் மீது வயது சாந்தமாக நிம்மதியாக மென்மையாக படிந்திருக்கிறது, சூரியன் அந்தி சாய்வதுபோல. நான் சமீபத்தில் தத்துவ ஞானி ஒருவரை அவரது இறக்கும் தருவாயில் கண்டேன். அவர் வயதில் மட்டுமே முதியவராக இருந்தார். அவர் வாழ்ந்ததைப் போலவே இனிதாக நிம்மதியாக இறந்தார்.

மனிதன், அவன் எண்ணங்களின் நிரலாக்கம்

உடம்பின் சீர்கேடுகளைப் போக்க உற்சாகமூட்டும் எண்ணங்களை விட சிறந்த மருத்துவர் கிடையாது. துக்கம் மற்றும் துயரத்தின் நிழல்களை விரட்ட நல்லெண்ணம் போன்று ஆறுதல் அளிக்கும் வேறு ஒன்று கிடையாது. தீய எண்ணம், வஞ்சகம், சந்தேகம் பொறாமை ஆகிய எண்ணங்களில் தொடர்ந்து வாழ்வது சுயத்தால் கட்டப்பட்டுள்ள சிறையறைக்குள் வாழ்வதாகும். அனைவர் மீதும் நல்லெண்ணம் கொண்டு வாழ்வது, அனைவரோடும் உற்சாகமாகவும் மலர்ச்சியாகவும் இருப்பது, அனைவரிடமும் உள்ள நற்குணகளைப் பொறுமைக் காத்துக் கண்டறிவது, அத்தகைய சுயநலமற்ற எண்ணங்கள் சுவர்க்கத்திற்கான வழித்தடங்கள் ஆகும். ஒவ்வொரு நாளும், அனைத்து உயிர்களையும் நிம்மதி எண்ணங்களோடு தழுவுவது அதன் உரிமையாளனுக்கு பெரு நிம்மதியைக் கொண்டுவந்துச் சேர்க்கும்.

சே.அருணாசலம்

4. எண்ணமும் குறிக்கோளும்

எண்ணமானது குறிக்கோளுடன் தொடர்புப் படுத்தப்படும் வரை எந்த ஒரு அறிவான சாதனையும் நிகழாது. பெரும்பான்மையானவர்களுக்கு, அவர்களது எண்ணம் என்னும் படகு ஆனது வாழ்வு என்னும் பெருங்கடலில் கட்டுப்பாடு இன்றி அலை பாய்ந்து செல்வதாக உள்ளது. குறிக்கோளின்மை ஒரு குற்றமாகும். பேராபத்து மற்றும் அழிவிலிருந்து தப்ப நினைக்கும் எவரும் அவ்வாறு கட்டுப்பாடு இன்றி அலைப்பாயும் நிலையைத் தொடரக்கூடாது.

தங்கள் வாழ்வில் ஒரு மைய குறிக்கோளை கொண்டிராதவர்கள் அற்ப விஷயங்களுக்காக எளிதில் இரையாகி வருத்தமும் அச்சமும் குழப்பமும் தன்னிரக்கமும் கொள்பவர்களாக இருப்பார்கள். இவை அனைத்தும் பலவீனத்தின் அறிகுறிகள் ஆகும். முழு உணர்வுடன் திட்டமிடப்பட்டு நிகழ்த்தப்படும் பாவச் செயல்களைப் போலவே இவையும் (ஆனால் வேறு ஒரு பாதையில்) தோல்வி, மகிழ்ச்சியின்மை மற்றும் நட்டத்திற்கு இட்டுச் செல்லும். காரணம், வலிமை பரிணமித்து கொண்டிருக்கும் பிரபஞ்சத்தில் பலவீனம் தாக்குப் பிடித்துக் கொண்டிருக்க முடியாது.

மனிதன். அவன் எண்ணங்களின் நிரலாக்கம்

நியாயமான குறிக்கோள் ஒன்றை ஒருவன் தன் உள்ளத்தில் கருவாக வைத்துக் கொள்ள வேண்டும். அது உருவாக அவன் செயல்பட வேண்டும். அந்தக் குறிக்கோளே அவன் எண்ணங்களின் மைய புள்ளியாக இருக்க வேண்டும். அது ஓர் ஆன்மீக உயர் சிந்தையாக இருக்கலாம் அல்லது புற உலகு சார்ந்த ஒரு பொருளாக இருக்கலாம். அந்த குறிப்பிட்ட காலத்தில் அவனது இயல்புக்கு ஏற்ப அது எதுவாக இருந்தாலும் சரி, தான் அடைய நிர்ணயித்துக் கொண்டுள்ள அந்த இலக்கின் மீது தனது எண்ண ஆற்றல்களைக் குவிந்த கவனத்துடன் அவன் செலுத்த வேண்டும். அந்தக் குறிக்கோளை அடைவதை தன் முதன்மை கடமையாகக் கொண்டிருக்க வேண்டும். அதை எட்ட தன்னை முழுமையாக அர்ப்பணிக்க வேண்டும். நிலையில்லாத வினோத ஆசைகள், ஏக்கங்கள் மற்றும் கற்பனைகளில் அவன் எண்ணங்கள் அலைபாய்ந்து செல்ல அவன் அனுமதிக்க கூடாது. இதுவே சுயக் கட்டுப்பாடு மற்றும் கவன குவிதல் பெறுவதற்கான உண்மையான ராஜபாதை ஆகும். தன் குறிக்கோளை எட்டுவதில் அவன் மீண்டும் மீண்டும் தோல்வி அடைந்தாலும் (பலவீனத்திலிருந்து அவன் மேலெழும் வரை தவிர்க்க இயலாமல் அவ்வகையான தோல்விகளை

அவன் அடையத்தான் வேண்டும்) அவன் இந்த செயல்பாட்டில் வளர்த்துக் கொண்டுள்ள வலிமையான குண இயல்பே அவனது உண்மையான வெற்றியின் அளவுகோல் ஆகும். அவனது எதிர்கால ஆற்றல் மற்றும் வெற்றிக்கு இது ஒரு புதிய தொடக்க புள்ளியாக இருக்கும்.

ஒரு பெரும் குறிக்கோளை நிர்ணயித்துக் கொண்டு அதை செயல்படுத்த தயாராக இல்லாதவர்கள் தங்கள் கடமைகளை நிறைவேற்றுவதன் மீது குவிந்த கவனம் செலுத்த வேண்டும், அது எந்த அளவுக்கு முக்கியமற்ற செயலாக தோன்றினாலும் பரவாயில்லை. இந்த வழிமுறையில் மட்டுமே எண்ணங்களை ஒருநிலைப்படுத்தி குவிந்த கவனத்துடன் செயல்பட முடியும். செயல் நிறைவேற்றும் உறுதி மற்றும் ஆற்றலை வளர்த்துக் கொள்ள முடியும். அதை அடைந்து விட்டால் எந்த ஒன்றையும் சாதிக்க முடியும்.

பலவீனமான ஆன்மா, தனது சொந்த பலவீனத்தை அறிந்து உணர்ந்து இந்த உண்மையை ஆழ்ந்து நம்பும்போது, அதாவது வலிமை என்பது தொடர் முயற்சி மற்றும் பயிற்சியால் தான் அடையப்பட முடியும் என்பதை அதை நம்புவதன் விளைவாக உடனடியாக செயலில் தீவிரமாக ஈடுபடத்

மனிதன். அவன் எண்ணங்களின் நிரலாக்கம் தொடங்கும். முயற்சிக்கு முயற்சி சேர்க்கும். பொறுமைக்குப் பொறுமை சேர்க்கும். வலிமைக்கு வலிமை சேர்க்கும். இடைவிடாத வளர்ச்சியைத் தொடரும். இறுதியில் தெய்வீக வலிமைப் பொருந்தி விளங்கும்.

உடலளவில் பலவீனமான மனிதன் தன்னை வலிமைப்படுத்திக் கொள்ள கவனமாகப் பொறுமையாகப் பயிற்சி செய்ய வேண்டும். அதுபோலவே பலவீனமான எண்ணங்களைக் கொண்டுள்ள மனிதன், அவற்றை வலிமைப்படுத்திக் கொள்ள சரியான எண்ணங்களை எண்ணுவதைத் தொடர்ந்து பயிற்சிக்க வேண்டும்.

குறிக்கோளின்மை மற்றும் பலவீனம் ஆகியன கைவிடப்பட்டு இலக்கை நோக்கி சிந்திக்கத் தொடங்குவது என்பது வலிமையானவர்களின் தரவரிசைக்குள் நுழைவதாகும். அவர்கள் தோல்வி என்பதை வெற்றியை அடைவதற்கான ஒரு வழித்தடம் என்று மட்டுமே கருதுகின்றனர். அனைத்து சூழல்களையும் தங்களுக்கு பயன்படுபவைகளாக அவர்கள் மாற்றிக் கொள்கின்றனர். அச்சமின்றி முயற்சிக்கின்றனர். முழு திறனோடு சாதிக்கின்றனர்.

சே.அருணாசலம்

தன் இலக்கு எது என்பதை ஒருவன் கருவாக்கி கொள்ள வேண்டும். அதை அடைவதற்கான ஒரு நேர்வழியை அவன் மனதில் நிர்ணயித்துக் கொண்டு அதன் பின் இடப்புறமோ அல்லது வலப்புறமோ அவன் தன் கவனத்தைச் சிதற விடக்கூடாது. சந்தேகங்களும் அச்சங்களும் தூக்கி எறியப்பட வேண்டும். அவை முயற்சி என்னும் நேர்கோட்டை உடைத்து வளைத்து துண்டு துண்டுகள் ஆக்கும். ஒருங்கிணைப்பை சிதைத்து கூறு கூறுகளாக்கும். பயனின்றி போகச் செய்யும். அச்சமும் சந்தேகமும் ஆன எண்ணங்கள் எதையும் சாதித்தது இல்லை, இனியும் சாதிக்காது. அவை எப்போதும் தோல்விக்கு இட்டுச் செல்லும். சந்தேகம் மற்றும் அச்சம் ஆகியன உள்நுழையும் போது குறிக்கோள், ஆற்றல், செயல் உறுதி மற்றும் அனைத்து வலிமையான எண்ணங்களும் பின்னடைவு காணும்.

நம்மால் செய்ய முடியும் என்னும் உறுதி என்பது நம்மால் செய்ய முடியும் என்ற அறிவு ஏற்படுவதற்கு பின் உருவாகிறது. சந்தேகம் மற்றும் அச்சம் ஆகியன அறிவின் பெரும் எதிரிகள் ஆகும். எவன் அவற்றை ஊக்குவிக்கிறானோ அவன் அவற்றை வீழ்த்தாமல் இருக்கிறானோ, அவன் ஒவ்வொரு படியிலும் தனது பின்னடைவுக்கு வழி செய்து கொள்கிறான்.

மனிதன். அவன் எண்ணங்களின் நிரலாக்கம்

எவன் சந்தேகத்தையும் அச்சத்தையும் வென்று அடக்கி ஆள்கிறானோ அவன் தோல்வியை வென்று அடக்கி ஆள்பவனாகிறான். அவனது ஒவ்வொரு எண்ணமும் ஆற்றலுடன் பொருந்தியிருக்கின்றன. அனைத்து பிரச்சினைகளும் துணிவுடன் எதிர்கொள்ளப்படுகின்றன, மெய்யறிவியுடன் கடந்து வரப்படுகின்றன. அவனது குறிக்கோள்கள் உரிய காலத்தில் நடப்படுகின்றன. அவை பூத்து காய்த்து கனிந்து பலன்களை விளைவிக்காமல் போவது இல்லை.

குறிக்கோளை நிறைவேற்ற அச்சமின்றி எண்ணும் எண்ணம் படைப்பாற்றலாக மாறுகின்றது. அலைபாயும் எண்ணங்கள், மாறிக் கொண்டே இருக்கும் புலனின்ப உணர்வுகள் ஆகியவற்றின் ஒரு கூட்டுக் குவியலாக இல்லாமல் அதை கடந்து வலிமையாகவும் உயர்வாகவும் மாற தயாராகிக் கொண்டிருப்பவன் எவனோ, அவன் தன் மன ஆற்றல்களை மெய்யறிவோடும் உணர்வோடும் செலுத்துபவன் ஆகிறான்.

சே.அருணாசலம்

5. சாதிப்பதில் எண்ணத்தின் பங்கு

எதையெல்லாம் ஒருவன் சாதிக்கின்றானோ, எதையெல்லாம் ஒருவன் சாதிக்காமல் தோல்வியுறுகிறானோ அவையெல்லாம் அவனது சொந்த எண்ணங்களின் நேரடி விளைவுகள் ஆகும். ஒழுங்குமுறைக்கு உட்பட்ட பிரபஞ்சத்தில் சமநிலை இழப்பு என்பது ஒட்டுமொத்த அழிவிற்கு இட்டுச் செல்லும். தனிநபர் பொறுப்பு என்பது தட்டிக் கழிக்க முடியாதது. ஒருவனது பலவீனம் மற்றும் வலிமை, மனமாசின்மை மற்றும் மனமாசு ஆகியன அவனுக்கே உரித்தானவை. அதில் இன்னொருவனுக்கு பங்கு இல்லை. அவனே தான் அதை அவனுக்குப் பெற்று இருக்கிறான். இன்னொருவனால் அது அவனுக்கு வரவில்லை. அதை மாற்றி அமைத்து கொள்ளும் பொறுப்பும் அவனுடையதே. இன்னொருவன் அதை அவனுக்கு மாற்றி அமைத்துத் தர முடியாது. அவனது நிலைப்பாடும் அவனுடையதே. இன்னொருவனுக்குச் சொந்தமானது அல்ல. அவனது துக்கம் மற்றும் அவனது மகிழ்ச்சி, இரண்டும் அவனுள் இருந்தே எழுகின்றன. அவன் எண்ணுவதால் அவ்வாறு நிலைப்பெறுகிறான். தொடர்ந்து எண்ணுவதால் இந்நிலைபாட்டில் தொடர்கிறான்.

மனிதன். அவன் எண்ணங்களின் நிரலாக்கம்

வலிமையான ஒருவன் பலவீனமான ஒருவனுக்கு உதவ முடியாது, பலவீனமானவன் உதவியை ஏற்றுக் கொள்ளாதிருக்கும் பட்சத்தில். அவன் உதவிய ஏற்றுக் கொள்ளும் பட்சத்திலும், அவனே தான் அதைக் கொண்டு தன்னை வலிமைப்படுத்திக் கொள்ள வேண்டும். அவன் வியந்து பார்க்கும் இன்னொருவனது வலிமையைத் தனது சொந்த முயற்சியால் தனக்கு அவன் வளர்த்துக் கொள்ள வேண்டும். அவனது நிலையை அவன் ஒருவனைத் தவிர யாராலும் மாற்ற முடியாது.

பின்வரும் வகையில் எண்ணி பேசுவது மனிதர்களிடம் பொதுவாக வழக்கத்தில் உள்ளது, அதாவது, "பலர் அடிமையாக இருப்பதற்குக் காரணம் ஒருவன் கொடுங்கோலனாக இருக்கிறான். எனவே, நாம் கொடுங்கோலனை வெறுப்போம்". என்றாலும், இந்த கூற்றை திருப்பிப் போடும் விதமாக புதிய ஒரு கண்ணோட்டம் உருவாகி உருவாகி வருகின்றது. "ஒருவன் கொடுங்கோலனாக இருப்பதற்குக் காரணம், பலர் அடிமையாக இருப்பதே. எனவே நாம் அடிமைகளை வெறுப்போம்."

சே.அருணாசலம்

உண்மை என்னவென்றால் கொடுங்கோலன், அடிமை இருவருமே ஒருவரோடு ஒருவர் ஒத்துழைக்கின்றனர், தங்களை அறியாமலேயே. ஒருவர் இன்னொருவனுக்கு துன்பம் தருவதாகத் தோற்றம் தந்தாலும், தங்களுக்கு தான் அவர்கள் துன்பம் விளைவித்துக் கொள்கின்றனர். அடிமையிடம் உள்ள பலவீனம், கொடுங்கோலனிடம் உள்ள தவறாக செலுத்தப்படும் ஆற்றல் ஆகிய இரண்டுமே தான் இயற்கை பெருநீதியின் ஏற்பாட்டால், செயல்பாட்டால் விளைந்துள்ள இந்த நிலைக்கு காரணம் என்பதை முழுமையான மெய்யறிவு உணர வைக்கும். இரு சாராரும் அனுபவிக்கும் துன்பத்தைக் காணும் ஒரு பேரன்பு குணம் யாரையும் கண்டனம் செய்யாது. கொடுங்கோலன், அடிமை என இரு சாராரையும் அதன் பேர் இரக்கத்தால் தழுவும்.

எவன் பலவீனத்திலிருந்து மீண்டுள்ளானோ, சுயநல எண்ணங்களில் இருந்து மீண்டுள்ளானோ அவன் கொடுங்கோலன், அடிமை என இரு பிரிவினரையும் சேராது இருப்பான். அவன் சுதந்திரமானவன்.

ஒருவன் தன் எண்ணங்களை உயர்த்துவதன் மூலமாகத் தான் மேலெழ முடியும். பலவீனத்திலிருந்து மீள முடியும், சாதிக்க முடியும்.

மனிதன். அவன் எண்ணங்களின் நிரலாக்கம்

ஒருவன் தன் எண்ணங்களை உயர்த்திக்கொள்ள மறுப்பதன் காரணமாகவே பலவீனத்திலிருந்து மீள முடியாமல் வருந்தத்தக்க நிலையில் இருப்பான்.

ஒருவன் எந்த ஒன்றையும் சாதிப்பதற்கும் முன்பு, அவை புற உலகை சார்ந்த விடயங்கள் தான் என்றாலும் சரி, அவன் இழி நிலை உந்துதல்களில் இருந்து தன் எண்ணங்களை உயர்த்திக்கொள்ள வேண்டும். அவனால் அனைத்து வகையான கீழ்நிலை உந்துதல்கள் மற்றும் சுயநல உணர்வுகளிலிருந்து விடுபட முடியாமல் போகலாம். ஆனால் அதன் ஒரு பகுதியாவது குறைந்தபட்சம் தியாகம் செய்யப்பட வேண்டும். எவன் ஒருவனது முதல் எண்ணமானது மிருக உந்துதல் ஆக இருக்கிறதோ அவன் தெளிவாக எண்ண முடியாது. ஒழுங்கு முறையாகத் திட்டமிட முடியாது. அவனுள் உறைந்து கிடக்கும் தனி திறன்களை அவனால் கண்டுணர்ந்து வளர்த்துக் எடுக்க முடியாது. அவன் மேற்கொள்ளும் எந்த ஒரு செயல்பாட்டிலும் தோல்வி அடைவான். தனது எண்ணங்களை அவன் இன்னும் ஆளுமையுடன் கட்டுப்படுத்தத் தொடங்காததால் செயல்பாடுகளை நிர்வகிக்கும் தகுதிநிலையை அவன் எட்டுவதில்லை. முக்கிய பொறுப்புக்களை அவன் வகிக்க முடிவதில்லை. அவன் தனித்து நின்று சுதந்திரமானவனாக செயல்படுவதற்குத் தகுதி பெறவில்லை. ஆனால்,

சே.அருணாசலம்

அவன் தான் தேர்ந்தெடுத்து இருக்கும் எண்ணங்களால் தான் கட்டுப்படுத்தப்படுகிறான்.

தியாகம் இல்லாமல் எந்த வகையான முன்னேற்றமோ சாதனையோ இடம்பெற முடியாது. ஒருவனது உலக வாழ்வின் வெற்றி என்பது அவன் எந்த அளவிற்குத் தனது குழப்பமான இழிநிலை எண்ணங்களைத் தியாகம் செய்கிறான், தனது திட்டங்களைச் செயல்படுத்துவதில் மனதைக் கவனமாகச் செலுத்துகிறான், தனது மனதிட்பம் மற்றும் தன்னம்பிக்கையை எவ்வாறு வளர்த்துக் கொள்கிறான் என்பதைப் பொறுத்ததாகும். அவனது எண்ணங்களின் தன்மை உயரும் போது அவன் இன்னும் ஆளுமை மிக்கவனாக, நேர்கொண்டவனாக, நன்மையானவனாக மாறுகிறான். அவனது வெற்றி இன்னும் சிறந்ததாகும். அவனது சாதனைகள் பேரருளோடு நிலைத்து இருக்கும்.

பிரபஞ்சம் பேராசைக்காரனுக்கோ நேர்மையற்றவனுக்கோ வஞ்சக உள்ளம் கொண்டவனுக்கோ சாதகமாக இருப்பது இல்லை, மேல் தோற்றத்தில் அது அவ்வாறு இருப்பதாகச் சில வேலைகளில் தோற்றம் தந்தாலும். நேர்மையானவனுக்கு, பெருங்குணம்

மனிதன், அவன் எண்ணங்களின் நிரலாக்கம்

கொண்டவனுக்கு, அறநெறியாளனுக்கு அது உதவுகிறது. எல்லா பேராசான்களும் ஒவ்வொரு காலகட்டத்திலும் இதை பல்வேறு விதமாக அறுதியிட்டுள்ளனர். அதை உணர்ந்து மெய்ப்பிப்பதற்கு மனிதன் செய்ய வேண்டியது-, தன்னை அறநெறியாளனாக அவன் மேலும் மேலும் உயர்த்திக் கொள்ள வேண்டும், தன் எண்ணங்களை உயர்த்தி கொள்வதன் வாயிலாக.

அறிவுத்துறை சார்ந்த சாதனைகள் அறிவின் மீதான தேடலை அல்லது அழகியல் மற்றும் வாழ்வியல் உண்மையை பற்றியுள்ள புனிதமான எண்ணங்களின் விளைவுகள் ஆகும். அத்தகைய சாதனைகள் சில சமயங்களில் வீண் புகழ்ச்சி ஆரவாரங்கள் மற்றும் தற்பெருமை எண்ணங்களுடன் தொடர்பு கொண்டு இருக்கலாம். ஆனால் அச்சாதனை வெளிப்படுவதற்கு அக்குணயியல்புகள் காரணம் இல்லை. சுயநலம் கலவாத தூய எண்ணங்கள் மற்றும் நீண்ட பெரு முயற்சியின் இயற்கை வெளிப்பாடாகவே அச்சாதனை நிகழ்ந்துள்ளது.

புனிதமான உயர்வு எண்ணங்களை ஆழ்ந்து உள்வாங்குவதே ஆன்மீக சாதனைகள் ஆகின்றன. எவன் சிறந்த உயர்வு எண்ணங்களைத் தொடர்ந்து

கருக்கொள்கிறானோ, சுயநலம் கலவாத பரிசுத்தமான எண்ணங்களில் திளைத்திருக்கின்றானோ அவன் நிச்சயம் மெய்யறிவானவனாகவும் சிறந்த குண இயல்பு கொண்டவனாகவும் ஆவான், சூரியன் அதன் உச்சம் தொடுவது போல, நிலவு தேய்பிறை தொடங்கி வளர்பிறை ஆகி முழு நிலவு ஆவது போல. ஈர்ப்பு ஆற்றல் மிக்கவனாக உயர் நிலைக்குச் செல்வான், பேரருள் பெற்று இருப்பான்.

சாதனை, அது எந்த வகையாக இருந்தாலும் அது முயற்சிக்கான மணி மகுடம் ஆகும். எண்ணங்களுக்கான முடிசூட்டுதல் ஆகும். சுயக்கட்டுப்பாடு, மனதிட்பம், மன மாசின்மை, அறநெறி கடைப்பிடித்தல் மற்றும் முறையாக இயக்கப்படும் எண்ணங்களின் துணையோடு ஒருவன் உயர் நிலைக்கு செல்கிறான். கீழ்நிலை உந்துதல்கள், சோம்பித் திரிதல், மனமாசு, தீநெறி கடைப்பிடித்தல் மற்றும் குழப்பமான எண்ணங்களின் துணையோடு ஒருவன் கீழ் நிலைக்குச் சரிகிறான்

ஒருவன் உலகில் மிக உயர்ந்த வெற்றியையும் பெற முடியும். ஆன்மீக தளத்தில் மிக உயர்நிலையையும் அடைய முடியும். அவன் மீண்டும் பலவீனம் மற்றும்

மனிதன், அவன் எண்ணங்களின் நிரலாக்கம்

இழிநிலைக்குள் தாழ்ந்து விழவும் முடியும்-, ஆணவமான சுயநலமான தீமையான எண்ணங்கள் தன்னை ஆட்கொள்ள அனுமதிப்பதன் மூலம்.

சரியான எண்ணங்கள் மூலம் பெறப்பட்ட வெற்றிகள் விழிப்புணர்வும் கவனமும் இருந்தால் மட்டுமே தொடர்ந்து நீடிக்கும். வெற்றி உறுதி அளிக்கப்படும் போது பலரும் தடம் புரள்கிறார்கள், விரைவில் மீண்டும் தோல்விக்குள் விழுகிறார்கள்.

எல்லா சாதனைகளும்-, அது வணிகத்துறையோ, அறிவு சார்ந்த துறையோ அல்லது ஆன்மீக உலகோ அது நிச்சயமாக ஒருமுகப்படுத்தப்பட்டு இயக்கப்பட்ட எண்ணங்களின் விளைவே ஆகும். அனைத்துமே ஒரே விதியின் கீழ், ஒரே வழிமுறையால் இயங்கி இருக்கின்றன. ஒரே வேறுபாடு என்னவென்றால் அடையப்பட்ட இலக்கு தான் வெவ்வேறாக இருக்கின்றன.

குறைவாக சாதிக்க விரும்புபவன், குறைவாக தியாகம் செய்ய வேண்டும். அதிகமாக சாதிக்க விரும்புபவன் அதிகமாக தியாகம் செய்ய வேண்டும். உயர்வாக சாதிக்க விரும்புபவன் பெரும் தியாகங்கள் செய்ய வேண்டும்.

சே.அருணாசலம்

6. மனக்கண் காட்சிகளும் இலட்சிய பேரிலக்குகளும்

பெருங்கனவு காண்பவர்கள் உலகை உய்விக்க வந்தவர்கள். கண்களுக்கு புலப்படும் உலகு ஆனது கண்களுக்கு புலப்படாத உலகாலேயே தாங்கி நிறுத்தப்படுகிறது. அதுபோலவே மனிதர்களும் தங்கள் சோதனைகளை, பாவங்களை, துன்பங்களை, தாக்குப்பிடித்து நிற்பதற்குக் காரணம் அழகிய பேரிலக்குகள், பெரு மகிழ்வு நிலைகள் நனவாக தனிமையில் இருந்தபடி பெருங்கனவு கண்டவர்களால் தான். மனித இனம் அதன் பொருட்டு பெரும் கனவுகள் கண்டவர்களை மறக்க முடியாது. அவர்களது இலட்சிய தொலைநோக்கு பார்வை மடியவும் இறக்கவும் அது அனுமதிக்க முடியாது. அந்த இலட்சிய தொலைநோக்கு பார்வைகளே அதன் வாழ்வுக்கு ஊட்டம் அளிக்கிறது. அந்த பெருங்கனவுகள் ஒருநாள் நனவாகும் என்று அதற்குத் தெரியும்.

மனிதன். அவன் எண்ணங்களின் நிரலாக்கம்

இசை கலைஞன், சிற்பி, ஓவியன், கவிஞன், தீர்க்கதரிசி, ஞானி-இவர்கள் எல்லாம் வருங்கால உலகை உருவாக்குபவர்கள், சுவர்க்கத்தின் கட்டமைப்பாளர்கள். இந்த உலகம் அழகாக இருப்பதற்குக் காரணம் அவர்கள் வாழ்ந்து இருந்ததே. அவர்கள் இருந்திருக்கவில்லை என்றால் பாடுபடும் மனித இனம் துவண்டு போயிருக்கும்.

எவன் ஓர் அழகிய பெருங்கனவை, இலட்சிய பேரிலக்கை இதயத்தில் சுமந்து நிதமும் அதை சிந்தையில் போற்றி வளர்க்கின்றானோ அவன் அதை ஒருநாள் நனவாக்குவான். கொலம்பஸ் இன்னொரு உலகம் இருக்கும் என்று கனவு கண்டார், அதைக் கண்டுபிடித்தார். கோபர்நிக்கஸ் இந்த பிரபஞ்சம் பரந்து விரிந்தது, இன்னும் பல உலகங்கள் இருக்கக்கூடும் என்று தொலைநோக்கு கொண்டிருந்தார், அதை வெளிப்படுத்தினார். களங்கமில்லா பேரழகும் முழு நிறைவான நிம்மதியும் கொண்டிருக்கும் ஆன்மீக உலகை இலட்சிய கனவாக புத்தர் கண்டார், அதற்குள் நுழைந்தார்.

உங்கள் மனக்கண்ணில் விரியும் உங்கள் இலட்சிய எண்ணங்களை ஊக்குவியுங்கள். உங்கள்

சே.அருணாசலம்

குறிக்கோள்களை ஊக்குவியுங்கள். உங்கள் பேரிலக்குகளை ஊக்குவியுங்கள். உங்கள் இதயத்தில் படர்ந்து வீசும் இசையை ஊக்குவியுங்கள். உங்கள் மனதில் உருவாகும் அழகை ஊக்குவியுங்கள். உங்கள் தூய்மை மிகு எண்ணங்களை எல்லாம் தழுவும் பேரழகை ஊக்குவியுங்கள். காரணம் அனைத்து இன்பமான சூழல்களும் சுவர்க்க நிலைகளும் அவற்றில் இருந்தே உருவாகும். நீங்கள் அவற்றுக்கு உண்மையாக இருக்கும் பட்சத்தில் உங்கள் உலகம் இறுதியில் கட்டப்படும்.

ஆசைப்படுவது என்பது அடைவதற்கு. உயர்வு எண்ணுவது என்பது சாதிப்பதற்கு. ஒரு மனிதனது கீழான ஆசைகள் முழுமையாக ஈடேற, அவனது தூய்மையான உயர்வு எண்ணங்கள் நீடிக்க போதிய ஊட்டம் இன்றி வாடுமா? நீதியின் செயல்பாடு அவ்வாறு இல்லை. அத்தகைய நிலை ஒருபோதும் நீடிக்க முடியாது. "கேளுங்கள் தரப்படும்."

பெரும் கனவுகளைக் காணுங்கள். அவ்வாறு காண, நீங்கள் அதற்கு ஏற்ப மாறுவீர்கள். உங்கள் மனக்கண்காட்சியே ஒருநாள் நீங்கள் என்னவாக இருப்பீர்கள் என்பதற்கான அத்தாட்சி ஆகும். உங்கள் உள்ளத்தின் பேரிலக்கு என்பது நீங்கள்

மனிதன், அவன் எண்ணங்களின் நிரலாக்கம்

இறுதியில் எதைய அடைய இருக்கிறீர்களோ அதற்கான தீர்க்க தரிசனம் ஆகும்.

மிகப்பெரும் சாதனையும் முதலில் கனவாகத் தான் இருந்தது. ஒரு காலத்திற்குக் கனவாகத் தான் இருந்தது. ஓக் மரம்(oak tree) ஓர் விதைக்குள் தூங்கிக் கொண்டிருக்கின்றது. விண்ணை தொட இருக்கும் பறவை, ஒரு முட்டைக்குள் காத்திருக்கின்றது. ஆன்மா காணும் உயர்வான மனக்கண் காட்சியை விழிப்புணர்வுடனான ஒரு தேவதை வெளிப்படுத்திக் கொண்டிருக்கின்றது. கனவுகள் என்பன நிதர்சன நிகழ்வுகளுக்கான விதைகளாகும்.

உங்கள் சூழ்நிலைகள் இப்போது பொருத்தமற்றதாக இருக்கலாம். ஆனால் நீங்கள் ஒரு பேரிலக்கை எண்ணி அதை அடைய முயற்சிக்கும் போது சூழல்கள் அவ்வாறு நீடிக்காமல் உங்களுக்கு ஏற்றவையாக அவை மாறும். உங்கள் அகத்துள் நீங்கள் பயணிக்க முடியாது, உங்கள் புறத்தில் எந்த மாற்றமும் இன்றி. இங்கே ஓர் இளைஞன், வறுமையாலும் பணிச்சுமைகளாலும் பெரும் அழுத்தத்துக்கு உள்ளாகிறான். சுகாதாரமற்ற பணிமனை ஒன்றில் நீண்ட நேரம் அவன் பணிபுரிய வேண்டும். அவன்

போதிய கல்வியைப் பெற்றிருக்கவில்லை. மேன்மையான கலைகள் எல்லாம் அவனுக்கு எட்டாத கனியாக இருக்கின்றன. ஆனால் அவன் சிறந்தவைகளைக் கனவு காண்கிறான். அறிவு சார்ந்தவைகளை, மேன்மையானவைகளை, பேரெழில் வாய்ந்தவைகளை, பேரழகானவைகளை அவன் நினைத்துப் பார்க்கிறான். அவன் வாழ எண்ணுகின்ற ஏற்ற சூழல்கள் உடனான வாழ்வை மனதளவில் அவன் கரு கொள்கிறான். பரந்த அளவிலான சுதந்திரமும் திறமைகளை வளர்த்துக் கொள்வதற்கான வாய்ப்புகளும் மனக்கண் காட்சியாக அவன் காண்கிறான். அவனுள் இருக்கும் பரிதவிப்பு அவன் நிலையை மாற்றி அமைக்கும் முயற்சியை மேற்கொள்ள அழைப்பு விடுக்கின்றது. அவனிடம் எஞ்சி உள்ள நேரம் மற்றும் வசதிகளை, குறைவானவையாகவே அவை இருந்தாலும், தன்னுள் ஆழ புதைந்திருக்கும் திறன்களையும் ஆற்றல்களையும் வெளிக்கொணார அவன் பயன்படுத்திக் கொள்கிறான். அவன் மனம், மாற்றி அமைக்கப்பட்டுள்ளதால் பணிமனை இனியும் அவனே வைத்திருக்கும் தகுதியை இழக்கின்றது. அது அவனது மனதோடு ஒத்திசையாமல் இருக்கின்றது. நைந்து போன ஆடை தூக்கி எறியப்படுவது போல அது அவனிடமிருந்து விலகுகிறது. அவனது வளர்ந்து வரும் ஆற்றல்களுக்கு ஏற்ப அவனுக்கு வாய்ப்புகள் பெருகும். அவன் தனது பழைய

மனிதன். அவன் எண்ணங்களின் நிரலாக்கம்

சூழல்களை தன் முழு ஆற்றல்களோடு கடந்து வருவான். இன்னும் சில ஆண்டுகளில் இந்த இளைஞனை ஓர் உயர்நிலையில் உள்ள மனிதராகக் காண்கிறோம். சில வகையான மன ஆற்றல்களில் அவன் தேர்ந்தவனாக இருப்பதை நாம் காண்கிறோம். அவனது ஈர்ப்பாற்றல் உலகம் எங்கும் பரவும் வல்லமையோடு ஒரு தாக்கத்தை ஏற்படுத்துகிறது. பெரும் பொறுப்புக்கள் அவனை நாடி வருகின்றன. அவன் பேசுகிறான், ஓ! பலர் வாழ்வில் மாற்றங்கள் நிகழ்கின்றன. ஆண்களும் பெண்களும் அவன் வார்த்தைகளை பற்றிநின்று தங்கள் குண இயல்புகளைத் திருத்தி அமைத்துக் கொள்கின்றனர். சூரியனை சுற்றி சுழலும் கோள்கள் போல அவன் நிலையான ஒளி மையமாக இருக்கிறான். அவனை சுற்றி எண்ணிலடங்கா நிகழ்வுகள் சுழல்கின்றன. அவன் இளைஞனாக இருந்த போது கண்ட மனக்கண் காட்சியை நனைவாக்கியுள்ளான். தன் பேரிலக்கோடு ஒன்று கலந்துள்ளான்.

நீங்களும் தான் இளம் வாசகரே, உங்கள் உள்ளத்தில் இருக்கும் மனக்கண் காட்சியை (முயற்சி அற்ற வெறும் விருப்பத்தை அல்ல) நனவாக்குவீர்கள். அது தாழ்நிலையானதோ அல்லது அழகானதோ அல்லது இரண்டும் கலந்ததோ. காரணம், நீங்கள் எதை இரகசியமாக

சே.அருணாசலம்

விரும்புகிறீர்களோ அதன் பால் ஈர்க்கப்படுவீர்கள். உங்கள் எண்ணங்களின் விளைவுகள் துல்லியமாக உங்களிடம் அளிக்கப்படும். நீங்கள் ஈட்டி உள்ளதை நீங்கள் பெறுவீர்கள், கூடவோ குறைவாகவோ அல்ல. உங்களுடைய தற்போதைய சூழ்நிலை எதுவாக வேண்டுமானாலும் இருக்கட்டும். நீங்கள் அதிலிருந்து விழுவீர்கள் அல்லது அதிலேயே நிலைத்திருப்பீர்கள் அல்லது அதிலிருந்து மேல் எழுவீர்கள். அதற்குக் காரணமாக உங்களது எண்ணங்கள், உங்களது ஆழ்ந்த மனக்கண் காட்சிகள், உங்களது இலட்சிய பேரிலக்குகள் இருக்கும். உங்களை ஆட்டுவிக்கும் உங்கள் ஆசைக்கு ஏற்ப நீங்கள் அற்பமானவராவீர்கள். உங்களது மேலோங்கிய உயர்வு எண்ணங்களுக்கு ஏற்ப சிறந்தவராவீர்கள். ஸ்டான்ட்டன் கிர்க்காம் டேவிஸ் அவர்களின் வார்த்தையில் சொன்னால் "நீங்கள் கணக்காளராக பணி செய்யலாம். உங்களின் இலட்சிய கனவை தடுத்துக் கொண்டிருப்பதாக நீங்கள் கருதும் உங்கள் அலுவலக கதவை கடந்து நீங்கள் வெளி நடக்கலாம். நீங்கள் பெரும் மக்கள் திரள் முன் இருப்பதை காணலாம். உங்களது பேனா உங்கள் காதுகளின் பின்னே இன்னும் இருக்கலாம். அந்த பேனாவின் மைகறை உங்கள் விரல்களில் படிந்து இருக்கலாம். உங்கள் உள்ளத்தின் எழுச்சி உணர்வுகளை புயலென அப்போது நீங்கள் கொட்டுவீர்கள். நீங்கள் ஆடு மேய்ப்பவராக

மனிதன். அவன் எண்ணங்களின் நிரலாக்கம்

இருக்கலாம். நகரத்திற்கு சென்று அலைந்து திரியலாம். உள்ளுணர்வின் வழிகாட்டுதலால் ஒரு சிறந்த படைப்பாளனின் பட்டறையை அடையலாம். ஒரு காலத்துக்கு பின் இனி உனக்கு கற்றுத் தர ஏதும் இல்லை என்று அவர் கூற நீங்கள் படைப்பாளன் ஆவீர்கள். சமீப காலத்தில் அப்படி ஆடு மேய்த்துக் கொண்டிருந்த ஒருவர் பெருங்கனவுகளைக் கண்டார். ரம்பத்தையும் பலகையையும் வைத்துவிட்டு உலகை புத்துருவாக்கும் பொறுப்பை ஏற்றுக் கொண்டார்.

கவனம் செலுத்தாதவர்கள், அறியாமையில் உள்ளவர்கள், சோம்பி திரிபவர்கள் மேலோட்டமான நிகழ்வுகளை மட்டுமே காண்கிறார்கள். உள்ளபடியே நிகழ்ந்தவற்றை அறிவதில்லை. அதிர்ஷ்டம், நல்வாய்ப்பு, தற்செயல் நிகழ்வு என்று பிதற்றுகிறார்கள். ஒருவன் பணக்காரன் ஆவதை பார்த்து அவன் எவ்வளவு அதிர்ஷ்டக்காரன் என்கிறார்கள். அறிவாளியாகும் இன்னொருவனை பார்த்து அவனுக்கு நிகழ்வுகள் எவ்வளவு சாதகமாக இருக்கின்றன என்கிறார்கள். தெய்வீக குண இயல்புகளும் பரந்த செல்வாக்கும் கொண்ட மற்றொருவனை பார்த்து அவன் திரும்பும் திசையெல்லாம் அவனுக்கு நல் வாய்ப்புகள் இருக்கின்றன என்கிறார்கள். இந்த மகத்தான மனிதர்கள் தங்களின் அனுபவத்தை பெறுவதற்காக

சே.அருணாசலம்

அவர்கள் விரும்பி ஏற்றுக் கொண்ட போராட்டங்கள், சோதனைகள், தோல்விகள் ஆகியவற்றை இவர்கள் காண்பது இல்லை. அவர்கள் செய்த தியாகங்கள், இடையறாது மேற்கொண்ட பெரு முயற்சிகள், கடக்கவே முடியாது என தோற்றமளித்த தடைகளைக் கடந்து மேலெழுந்து வருவதற்கு, தங்கள் உள்ளத்தின் இலட்சிய உயர்நோக்கை அடைய, அவர்கள் கொண்டிருந்த நம்பிக்கை ஆகியவற்றை இவர்கள் அறிவது இல்லை. உள்ளத்து வலிகளையும் இருளையும் அறியாமல் மகிழ்ச்சி மற்றும் வெளிச்சத்தை மட்டுமே கண்டு அதை அதிர்ஷ்டம் என்கிறார்கள். நீண்ட கடினமான பயணத்தை காணாமல் அடைந்த இனிய இலக்கை மட்டுமே கண்டு நல்லவாய்ப்பு என்கிறார்கள். செயல்பாட்டைக் காணாமல் விளைவை மட்டுமே கண்டு அதை தற்செயல் நிகழ்வு என்கிறார்கள்.

அனைத்து மனித செயல்பாடுகளிலும் முயற்சிகள் இருக்கின்றன, விளைவுகள் இருக்கின்றன. முயற்சிக்கு ஏற்பவே விளைவுகள் அமையும். தற்செயல் நிகழ்வு என்பது ஏதும் இல்லை. பரிசுகள், ஆற்றல்கள், பொருள் உடைமைகள், அறிவுடைமைகள், ஆன்மீக உடைமைகள் ஆகியன முயற்சிக்கு கிடைத்த பலன்கள் ஆகும். அவை எண்ணங்களின் நிரலாக்க செயல்பாடு

மனிதன். அவன் எண்ணங்களின் நிரலாக்கம்

நிறைவடைந்த நிலை. விரும்பிய பொருட்கள் அடையப்பட்ட நிலை. மனக்கண் காட்சிகள் நனவான நிலை.

உங்கள் மனதில் நீங்கள் போற்றும் மனக்கண் காட்சி, உங்கள் உள்ளத்தின் அரியணையில் நீங்கள் வைத்திருக்கும் உயர்சிந்தை, பேரிலக்கு இவையே உங்கள் வாழ்வை கட்டமைக்கும். அதுவாகவே நீங்கள் ஆவீர்கள்.

சே.அருணாசலம்

7. வீறமைதி அல்லது தெய்வீக பேரமைதி

சாந்தமான மனம் என்பது மெய்யறிவின் ஓர் அழகிய அணிகலன். சுய கட்டுப்பாட்டை தொடர்ந்துக் கடைபிடித்த நீண்ட மற்றும் பொறுமையான பெரு முயற்சியின் விளைவாகும். அதன் இருப்பு ஆனது கனிந்த அனுபவம் பெற்று இருப்பதன் அறிகுறியாக இருக்கின்றது. எண்ணங்களின் செயல்பாட்டு விதிகள் குறித்த சராசரிக்கும் கூடுதலான அறிவை அது பெற்றிருப்பதைச் சுட்டிக்காட்டுகிறது.

தனது எண்ணங்களுக்கு ஏற்ப தான் உருவானவன் என்று எந்த அளவிற்கு ஒருவன் உணர்கிறானோ அந்த அளவிற்கு அவன் சாந்தமானவன் ஆகிறான். மற்றவர்களும் தத்தமது எண்ணங்களின் உருவாக்கமே என்கிற புரிதலை அத்தகைய அறிவு ஏற்படுத்தும். அவன் சரியான புரிதலை வளர்த்துக் கொள்ளும் போது, நடைபெறும் நிகழ்வுகளை அவற்றின் தொடர்பிலான காரணம் மற்றும் விளைவு என்ற கண்ணோட்டத்தில் காணும் போது, அவன் சலிப்படையவோ முணுமுணுக்கவோ வருத்தப்படுவோ துக்கப்படவோ மாட்டான். எந்த

மனிதன். அவன் எண்ணங்களின் நிரலாக்கம்

சலனமும் கலக்கமும் இன்றி நெஞ்சுறுதியோடு இருப்பான்.

சாந்தமான ஒருவன் தன்னை எவ்வாறு கட்டுப்படுத்தி ஆள வேண்டும் என்று கற்று அறிந்திருக்கிறான். மற்றவர்களுக்கு ஏற்ப அவன் எவ்வாறு தன்னை தகுந்தபடி தகவமைத்துக் கொள்ள வேண்டும் என்று அறிந்திருக்கிறான். அதற்குப் பதிலாக அவர்களும் அவனது ஆன்மீக வலிமைக்கு மதிப்பளிக்கும் விதமாக நடந்து கொள்கிறார்கள். அவனிடமிருந்து கற்றுக் கொள்ள முடியும், அவன் நம்பத் தகுந்தவன் என்று அவர்களும் உணர்கிறார்கள். ஒருவன் சலனமற்ற ஆழ்ந்த பேரமைதி உடையவனாக மேலும் மேலும் ஆகும்போது அவனது வெற்றி, செல்வாக்கு, நன்மைக்கான அவனது ஆற்றல் இன்னும் சிறந்ததாகின்றது. சுயகட்டுப்பாடு மற்றும் அமைதியான தெளிவான மனதை கொண்டிருக்கும் போது ஒரு சாதாரண வணிகன் கூட தன் வணிகம் முன்னேற்றம் அடைவதை உணர்வான். காரணம், மனிதர்கள் எப்போதும் சிறந்த நடத்தைப் பண்புகள் உள்ளவர்களோடு பரிமாற்றம் வைத்துக் கொள்ளவே எப்போதும் விரும்புவார்கள்.

மன வலிமை மிக்க, சலனமற்ற, சாந்தமான மனிதன் எப்போதும் விரும்பப்படுகிறான், போற்றப்படுகிறான். வறண்ட நிலம் ஒன்றில் அவன் ஒரு நிழல் தரும் மரமாக இருக்கிறான் அல்லது புயற்காற்றில் அசையாத ஒரு பாறையாக இருந்து ஒதுங்க இடம் தருகிறான். சலனமற்ற ஆழ்ந்த பேரமைதி ஊட்டும் இதயத்தை, இனிய மனநிலையை, சமநிலை கெடாத வாழ்வை யார் தான் விரும்ப மாட்டார்கள்? இத்தகைய பேரருள் வரம் பெற்றவர்களுக்கு மழையோ அல்லது வெயிலோ அல்லது வாழ்வில் என்ன மாற்றங்கள் வந்தாலும் அது ஒரு பொருட்டல்ல. அவர்கள் எப்போதும் இனிமையாக வீறமைதி நிலவும் இதயத்தோடு சாந்தமாக இருக்கிறார்கள். சலசலப்புக்களுக்கு அஞ்சாத, சலனங்களுக்கு உட்படாத அந்த சிறந்த குண இயல்பை வீறமைதி அல்லது தெய்வீக பேரமைதி தவழும் இதயம் என்று நாம் அழைக்கும் நிலை என்பது பண்பாட்டின் இறுதி பாடமாகும். அது மெய்யறிவு போல விலை மதிப்பிட முடியாதது. பொன்னும் நவரத்தின கற்களும் அதற்கு ஈடாகாது. வீறமைதி தவழும் வாழ்வின் முன்பு பணத்தை மட்டுமே ஈட்டும் வாழ்வு எவ்வளவு அற்பமானது. உண்மை என்னும் கடலில், அலைகள் இல்லாத புயற் காற்று தொட முடியாத ஆழத்தில் என்றும் நிலவும் சாந்தத்தோடு வீறமைதி வசிக்கின்றது.

மனிதன். அவன் எண்ணங்களின் நிரலாக்கம்

இனிய அழகான சூழ்நிலைகளை எல்லாம் கட்டுப்படுத்த முடியாத கோபத்தினால் கசப்பாக்கி கொண்டுள்ள எத்தனை எத்தனை பேர்களை நாம் அறிவோம். தங்கள் குண இயல்பை ஒருநிலைப்படுத்தாமல் அவர்கள் தடுமாறி ரத்தம் கொதிக்கின்றனர். சுயக்கட்டுப்பாடு இல்லாததன் காரணம் ஆக பெரும்பான்மை மக்கள் தங்கள் வாழ்வை கெடுத்து கொள்கிறார்களோ மகிழ்ச்சியை இழக்கின்றனரோ என்று சந்தேகம் எழுகின்றது. சமநிலை தவறாத குண இயல்பு உடைய மனிதர்களை நம் வாழ்வில் எவ்வளவு குறைவாக சந்திக்கிறோம். சமநிலை தவறாத சாந்த குணமே முழுமை அடைந்த குண இயல்பின் ஓர் அடையாளம்.

ஆம், மனிதக்குலம் கட்டுக்குள் அடங்காத உணர்ச்சி வேகங்களால் கொதித்து எழுகிறது. கட்டுப்படுத்த முடியாத துக்கத்தால் கொந்தளிக்கிறது. பதட்டங்களாலும் குழப்பங்களாலும் தூக்கி வீசப்படுகிறது. எவன் மெய் அறிவானவனோ, எவனது எண்ணங்கள் கட்டுப்படுத்தப்பட்டு இருக்கின்றதோ, அவனது கட்டளைக்கு மட்டுமே ஆன்மா சந்திக்கும் புயற்காற்றும் சூறாவளியும் கீழ்ப்படிந்து அடங்கும்.

சே.அருணாசலம்

புயர்காற்றுக்களால் தூக்கி வீசப்படும் ஆன்மாக்கள் எங்கிருந்தாலும் எத்தகைய சூழலில் வாழ்ந்தாலும் இதை தெரிந்து கொள்ளுங்கள், வாழ்வு என்னும் கடல் எங்கும் பேரருள் என்னும் தீவுகள் பரவி கிடக்கின்றன. ஒளிபாயும் அதன் கரைகள் உங்களை வரவேற்க பேராவலோடு காத்திருக்கின்றன. எண்ணம் என்னும் கட்டுப்பாட்டு கருவியின் மீது ஆன உங்கள் பிடி உறுதியாக இருக்கட்டும். உங்கள் ஆன்மாவின் ஆழத்தில் வழிநடத்தும் கட்டளை தளபதி வீற்றிருக்கிறான். அவன் உறங்குவதில்லை. அவனை தெளிந்து எழச் செய்யுங்கள். சுயகட்டுப்பாடே வலிமை.

சரியான எண்ணமே தலையாயது. சாந்தகுணமே ஆற்றல். உங்கள் இதயத்திடம் சொல்லுங்கள் "பேரமைதியே, அங்கே என்றும் நிலவிடுவாய்" என்று.

விலைப்பட்டியல்

வ. எண்	ஜேம்ஸ் ஆலன் முதன்நூல்	தமிழ் மொழிபெயர்ப்பு நூல்	விலை ரூ
1	Man: King of Mind, Body and Circumstance	மனிதன்: மனம், உடல், சூழ்நிலையின் தலைவன்	125/-
2	Foundation Stones to Happiness and Success	மகிழ்ச்சிக்கும் வெற்றிக்குமான அடிதளம்	125/-
3	Out from the Heart	உள்ளத்திலிருந்தே வாழ்வு	125/-
4	Byways of Blessedness	அருள் பொழியும் நிழல் பாதைகள்	400/-
5	All These Things Added	வேண்டுவன யாவும் கிட்டும்	
5.1	Entering the Kingdom	சுவர்கத்தின் நுழைவாயில்	180/-
5.2	The Heavenly Life	சுவர்க வாழ்வின் தன்மைகள்	180/-

சே.அருணாசலம்

6	Above Life's Turmoil	வாழ்வின் கொந்தளிப்புகளை கடந்த உயர்நிலைகள்	250/-
7	Men and Systems	மனிதர்களும் அமைப்புகளும்	
8	Mastery of Destiny	விதியை நிர்ணயிக்கும் ஆற்றல்	220/-
9	From Passion to Peace	உணர்ச்சிவேகம் முதல் நிம்மதி வரை	150/
10	Eight Pillars of Prosperity	வளமான வாழ்வைக் கட்டமைக்கும் எட்டு தூண்கள்	250/-
11	Through the Gate of Good or Christ and Conduct	நல்வாசலின் வழியே அல்லது கிறிஸ்துவும் நல்லொழுக்கமும்	150/-
12	Morning and Evening Thoughts	காலை மாலை சிந்தனைகள் (ஆங்கில மூலம்-தமிழ் மொழிபெயர்ப்பு)	200/-
13	Life Triumphant (Mastering the Heart and Mind)	வெற்றிகரமான வாழ்வு (மனதையும் இதயத்தையும் பண்படுத்தி ஆளுதல்)	220/-
14	Poems of Peace	நிம்மதியின் பாடல்கள்	250/-
15	The Shining Gateway	நேர்வழியின் சீரிய ஒளி	200/-

மனிதன். அவன் எண்ணங்களின் நிரலாக்கம்

16	Light on Life's Difficulties	வாழ்வின் பிரச்சினைகள் மீதான ஒளிவீச்சு	
17	As a Man Thinketh	மனிதன், அவன் எண்ணங்களின் நிரலாக்கம்	125/-
18.1	The Path to Prosperity	வளமான வாழ்விற்கு இட்டுச் செல்லும் பாதை	
18.2	The Way of Peace	நிம்மதியின் வழி	
19	Divine Companion	தெய்வீக உறுதுணை	
20	Meditations For Everyday of the year	தியானங்கள் ஆண்டின் ஒவ்வொரு நாளுக்கும்	

தொடர்புக்கு

வள்ளியம்மை பதிப்பகம்

மின்னஞ்சல்: arun2010g@gmail.com

வாட்ஸ் அப் எண்: 91-8939478478